செம்பூக்களின் கவித்துளிகள்

ரோஜாக்கள் குழு

Copyright © Rojakkal Kuzhu
All Rights Reserved.

ISBN 979-888591083-5

இந்தச் சமூகத்தில் ஆண் பிள்ளைகள் பெற்ற கல்வி அறிவினைப் பெண் பிள்ளைகளும் பெற வேண்டும் என்ற பலரின் போராட்டத்திற்குக் கிடைத்த வரம் தான் பெண் கல்வி. இன்றையக் காலகட்டத்தில் ஒரு பெண்ணிற்குக் கல்வியறிவு அடிப்படையானாலும் தான் பயின்ற துறையில் காலூரன்றி சாதிக்கும் பெண்கள் ஒரு சிலர் தான். திருமணம், குழந்தை என்ற வட்டத்தில் இருக்கும் பெண்களுக்கு அவர்களின் லட்சிய கனவு என்றுமே விடியாத பொழுது தான்! என்றாவது ஒருநாள் வாய்ப்பு ஒன்று கிடைத்தால் சாதிக்க துடித்துக் கொண்டிருக்கும் எங்களைப் போல் சாதாரண பெண்களுக்கு எங்கள் பெண்கள் குழுவின் இந்தக் கவித்துளிகள் சமர்ப்பணம்.

பொருளடக்கம்

முன்னுரை

தாய்க்கு நிகர் யாருமில்லை என்பது போல் ஒரு நல்ல நட்புக்கும் ஈடு இணை வேறு ஏதுமில்லை. உலகில் எத்தனை மாற்றங்கள் வந்தாலும் மாறாத ஒன்று அன்பு தான். அப்படி வெவ்வேறு குணாதிசயம் கொண்ட முகமறியாத மனங்களின் அன்பால் ஒன்றிணைந்த உள்ளங்கள் நாங்கள். அழகிய ரோஜாக் கூட்டம் என உருவெடுத்து எழுத்துலகில் சிறு, சிறு பட்டாம் பூச்சிகளாய் சில தடைகளையும் தாண்டி சுதந்திரமாய் சிறக்கடித்துப் பறந்து.. சின்னச் சின்ன முத்திரை பதிக்கும் ஆசையில் முதல் முயற்சியாய் அவரவர்களுக்குள் தோன்றிய உணர்வெழிச்சிகளில் உருவான பெண்கள், அந்தாதி, இயற்கை, மழலை எனும் பெண் உணர்வுகளின் அடிப்படையில் வரிகளைக் கோர்த்து, அழகான செம்பூக்களின் கவிதைதுளிகள் என்ற மாலையாக தொடுத்துள்ளோம்.

இயற்கை

உலகம் முழுவதும் நீக்கமற நிறைந்து இருக்கும்
இயற்கையையெழுதா கவிஞர் குறைவு. அவ் இயற்கையை
இக்கவிஞர்களின் கவி கொண்டு காண்போம்.

ஆழியின் அசைவுதனில்!

****

ஜதி சொல்லி வேகமாய் ஓடிவந்து!

இல்லை இல்லை பறந்து வந்து என்று சொல்ல
வேண்டுமோ!

பறப்பதற்குத்தான் அவளிடம் இறக்கைகள் இல்லையே!

ஓடுவதற்கும் கால்கள் அற்றவள்!

பின்னே எப்படித் தான் கூறுவது!

மிதந்து வந்தாள் என்று கூறினால் சரியாய்
இருக்குமோ!

எனக்கென்னவோ அவள் தவழ்ந்தாள் என்று
சொன்னால்

பொருத்தமாய் இருக்கும் என்று தோன்றுகிறது!

அவளது இயல்பிற்கு எதை

உவமைப் படுத்துவது என்றே தெரியவில்லை!

என்னை நோக்கி வரும் அந்த நீராவியின்
முற்பிறப்பைக்

கைகளில் அள்ளிக் கொள்ளத் துடிக்கிறேன்!
அவளோ...
முடியுமா உன்னால் என்று சவால் விட்டு,
விரல் இடுக்குகளில் நுழைந்து
என்னை ஏமாற்றி வழிந்தோடிச் செல்கிறாள்!
மீண்டும் வராமலா போய் விடுவாள்.?
அவள் தான் நொடிக்கொரு முறை வந்து வந்து
செல்கிறாளே!
எனைத் தீண்டும் ஒவ்வொரு முறையும் முயல்வேன்!
தோற்றாலும் மீண்டும் மீண்டும் முயல்வேன்!
முயற்சிக்கு இலக்கணமானவள் அவளல்லவா.?
கோடிக் கோடி யுகங்கள் கடந்த பின்பும்..
இன்னமும் தோல்வியை ஏற்காமல்
முயன்று கொண்டே இருக்கிறாள்,
கரை மன்னவனைத் தீண்டிட!
இத்தனையளவு ஓய்ந்து போகாதிருக்கும் கலையை
எங்கிருந்து கற்றாளோ அந்த உவர்நீரழகி!
அவளிடம் அல்லவா பாடம் பயில்கிறேன்!
நான் மட்டும் ஓய்ந்து விடுவேனா என்ன.?
கடலரசியின் மடியில் தவழும் அலைமகளே!
உனது கரங்களுக்குள் சரண்புகுந்து
என்னில் உனை ஏந்திடத் துடிக்கிறேனடி!

- நந்தினி சுகுமாரன்.

எழுத்தாளர் நந்தினி சுகுமாரன். வாசிப்பின் மேல் இருந்த
தீரா தாகம், இயலை நோக்கி ஈர்க்க.. தமிழின் துணை

கொண்டு எண்ணங்களை எழுத்துக்களாகப் புனைபவர். கதைகளின் மூலமாக எழுத்தைத் துவங்கிய இவரின் முதல் கவிதை முயற்சி இது.

நிலாப்பெண்ணே!

****

பளீரென்ற பளிங்கு வண்ண
தேகத்திற்குச் சொந்தக்காரி!
அழகால் அனைவரையும் தன்புறம்
கட்டியிழுக்கும் மாயக்காரி!
தேய்வளர் என வாழ்வின் நிதர்சனத்தை
நம்முள் விதைக்கும் வித்தகக்காரி!
இரவுலகை நித்தமும் புன்னகையால்
அலங்கரிக்கும் அம்சக்காரி!
ஒளிர்வை அயலாருக்குப்
பகிர்ந்தளிக்கும் பாசக்காரி!
பொக்கிஷங்கள் பலவற்றை
தன்னுள் கொண்டிருக்கும் விந்தைக்காரி!
இமை மறந்தொரு நொடி இரசித்தால்
அவளுள் சிறைச்செய்யும் சதிகாரி...!
அஞ்சுமாலியின் ஆசைக்கு இலக்கணமான கைக்காரி!!!

– *சிவப்பிரியா"தேனு"*

தமிழ்த்தாயின் மடியில் தத்தித்தவழும் சுட்டிக்குழந்தை இவள். தேனமுதூற்றிய இவளது சொற்களில் தித்திக்கும் குறும்பு திணற வைக்கும். தெளிவான எழுத்தில் தெரிவை எனினும் மங்கை உருவிலோர் மடந்தை. பல அற்புதங்கள் படைக்கத் துடிக்கும் பறவை.

மழைக்கால மரங்கள்!

****

வெண்மேகம் மோகம் கொண்டு

கருவண்ணமாக திரண்டு

அன்புடனே கொட்டிய மழையில்

திகட்டாத நீரை குடித்து

திகட்டித்தான் போனது மரங்கள்!

தன்மேல் இருந்த களங்கம் தீர்த்து

தீர்த்தமாய் தேன்நீரைக் கொடுத்த

மேகத்தை மென்மையாய் பார்த்து

தேகத்தைச் சிலிர்த்து நின்று

இதமான காற்றை வீசி பணிவுடனே நன்றி சொல்லி-
யதோ?

மழையிலே குளித்த மரங்கள்மனதால் குதூகலித்து..!!!

- தேவ பவானி "பிரகன்"

எழுத்தாளரின் தேவ பவானி "பிரகன்" தூரிகை என்னும் செங்கோல் கொண்டு, தமிழென்னும் அகிலத்தை ஆளுகின்ற குறுநில இளவரசி.

பொங்கருவியே!

****

யாரும் தொட்டுவிடா பைந்தெரியல் முகடு தன்னில்..
பொங்கி பிரவகமெடுக்கும் பொங்கருவியே...
நின்னைக் கட்டிவைக்க
எவருமில்லை என்பதாலே
ஆராவார சிரிப்புடனே
ஆர்ப்பரித்துத் தாவி வீழ்கிறாயோ...??
அடி என் தேனருவியே...!!
கண்களுக்கு விழிநிறை காட்சியாகிறாய்..
தேகமது புத்துணர்ச்சிக் கொள்ள வைக்கிறாய்
எந்தன் கவி மனதிற்கோ
ஒராயிரம் கவி தருகிறாய்...
உந்தன் உரசலில் கற்பாறையும் உடைப்பட..
என்னின் பூமணம் உடையாதா?
உன் சாரலின் சிறுதுளி தீண்டலில்
நானும் கரைந்து போகிறேனே..
நீ போகும் வழியெல்லாம்
உயிர் கொள்ளும் செடிக்கொடிகளின்
அமானுஷ்ய பச்சையில் வியந்து போகிறேன்

இமையசையாது...!!!
சிரிக்கச் சிரிக்க உன்னில் பொங்கிடும் வெண்ணுரையை
அள்ளி கை சேர்க்க
ஆசைக் கொள்கிறேன்.
உன்னுள் விழுந்த அத்தனையும்..
உன்பின்னோடு வரும்போது...
உனதழகில் தொலைந்திட்ட என் கவிமனம்...
உன்பின் வராதா என்ன?
ஓ அழகு அருவியே
என்கவியில் நின்னைக் கட்டிவைக்க நினைத்தேன்
ஆனால்...
கட்டுண்டதே நானாகிப் போனேன்..
உன்னின்
வரையறுக்க முடியாப் பேரழகில்....!!!

- *சுசீலா சிவா.*

எழுத்தாளர் பெயர் :சுசீலா சிவா... தனிமை சூழலில் திண-
றிய போதெல்லாம் வாசிப்பை சுவாசமாக்கி மனோதிடம்
பெற்றவர். இயற்கை அழகினில் மனம் முகிழ்ந்தே, கல்லுக்-
கும் கூட கவிபாடும் ஆசை மனம் கொண்டவர் இவர்.
மனதில் முகிழ்ந்த உணர்வுகளைக் கவிதையில் கொணர
நினைப்பவர்.

தென்றலின் தெம்மாங்கு

****

இளந்தென்றல் அசைந்தாடி இசைபாடுதோ.!

சிலுசிலுவென சிலிர்க்க வைக்கும் தென்றலே...!

மெல்ல நடந்து வந்து மேனிக்குள் புகுந்தாயே...!

இனிய ஓசையாய் மெல்லிய சத்தமாய்..

தென்னங்கீற்றோடு ரகசிய பரிபாஷையோ..!

காட்டிக் கொடுத்தனவே சலசலவென சத்தங்களாய்..

வளையோசையா! குரலோசையா!

தென்னங்குமரியே..!

வளைந்தாடும் காற்றே என் வாசல் வந்தாயோ!

என் தோட்டப் பூக்களோ வாசம் வீசி

தூது விட்டதோ தன்னவனுக்கு..!

ஓடிவந்த தென்றலோ சத்தமின்றி முத்தமிட்டதே..!

தென்றலும் பேசுதே மலர்களிடம் மெளனமொழியால்..

தலையாட்டும் பூக்கள் நாணக் குடைப் பிடிக்குதோ..!

கண்ணுக்குத் தெரியாத அழகியடி நீ..!

வருடிச் செல்கிறாய் வாத்சல்யமாய்..

தெற்கத்தி காற்றே வசந்தமாய் வீசுகிறாயே....!

ஓலைக் குடிசையை உனக்கு நிரம்பப் பிடிக்குமோ.!

ஓடிவந்து அணைக்கிறாயே..

மாடிவீடுதனிலே உனக்கும் மனப் புழுக்கமோ..!

அளவோடு எட்டிப் பார்க்கிறாய் நீ..

நீரோடும் பேசுகிறாய்...

கடலோடு கவி பாடுகிறாய்...

நெருப்போடு நீந்துகிறாயே..!

பூமியைத் தழுவி மென் முத்தமிடுகிறாய்...!
என்ன மாதிரி பெண்ணடி நீ..!
வருவதும் தெரியாமல் போவதும் தெரியாமல்..
உன்னை உணர்தலும் அழகடி..
சில்லென்று ரசிக்க வைப்பாய்...
வருடலாய் சிலிர்க்க வைப்பாய்...
சிதறலாய் சிதற வைப்பாய்...
உனை அடக்க யாரிருக்கா தென்றலே..!
காற்றோடு பேசுகிறேன் நானும், ரகசியங்கள் பல...
புறம் பேசாமல் போகிறாயே,
எனக்கென்ன வேலியன்று இறுமாப்போ...!
இன்று ஊடல் யாரோடு தென்றலே.?
மௌனகீதம் வாசிக்கிறாயே பெண்ணே.!
உன் மௌனம் பயம் கொள்ள வைக்குதே..
இனிய தென்றலே புயலாகாமல் போ! பொறுத்து பொறு-
மையாய்...!
ஊடல் தீர்ந்ததும் ஓடி வா தென்றலே..
இனிய தெம்மாங்கு பாடுவோம்...!

- சுந்தரி பாஸ்கரன்

எழுத்தாளர் பெயர் : சுந்தரிபாஸ்கரன்... வாசிப்பை நேசிப்ப-
வள் இயற்கையை ரசித்து பூக்களோடு பேசி தன்னை மறப்-
பவள். தன்னை தானே நேசிக்கும் இவருக்கு, சுயமரியாதை
எண்ணம் அதிகம். வாசிப்பின் வாசத்தால் சிறு கவிதையெ-
னும் கிறுக்கல்கள்..மௌனத்தின் விளையாட்டில் சில கவி-
தைகள்..!

பனித்துளியும் பகையானும்

****

அதிகாலைப் பனிமழையில் அசைந்தாடும்

கொடியிடையாள் அன்னநடை பழக..

கால் நனைக்கும் புல்லின் துளி கன்னியவள் பாதம்
தொட..

குளிரெடுக்கும் அவள் மென்தேகம் இளங்காலைப் பரி-
தியைத் தேட..

முகம் வருடும் தென்றல் காற்று முல்லையவள் ஆடைப்
புகுந்து

உடல் தழுவி மையல் கொள்ள..

அவள் உயிரும் சிலிர்த்தது!!

மூடுதிரையாய் பனிமேகம் மங்கையவள் முகம் மறைக்க..

தலை நீட்டும் பனிப்பகையான் நங்கையவள் வதனம்
கண்டு

உறவாட ஆசை கொள்ள..

உயர்ந்து நின்ற தென்னங்கீற்று அவள் உருவம் மறைத்து
விளையாட

செங்கதிரோன் கோபம் கொண்டு

தன் செங்கதிர்களைப் பாய்ச்சினான்..!

பனித்துளியும் பரிதியின் சினம் கண்டு

பயத்துடனே அவள் தேகம் விடுத்து ஒளிந்து கொள்ள..

பகலவனோ கன்னியவள் மேனியிலே கலந்தாடி
உறவாட..

பாவையவளோ மேலாடையில் உடல் மறைக்க..

மார்த்தாண்டன் மனம் வாடி
கார்எழிலி கருமைக்குள்ளே
கவலையுடன் புகுந்து கொண்டான்..!!!

- கௌதமி ராஜா "நித்தி"

எழுத்தாளர் கௌதமி ராஜா "நித்தி". நிதர்சனம் உரைக்கும் படைப்புகளை முன்னெடுக்கும் இவரின் எழுத்துக்கள். கற்-றலும் தேடலும் தொடர்கதையாய் கொண்டு, தமிழின் மேல் உள்ள தீராக்காதலைத் தன் எழுத்துக்களில் பிரதிபலிப்பவர்.

செல்லப் பறவைகளே!

****

காற்றைப் போல் உங்களுக்கும் எக்கட்டுப்பாடும் இல்லை..

அந்நியன் நண்பன் என எப்பாகுபாடுமில்லா சமாதானத் தூதுவர்கள்.!

பகலில் காக்கையாக
இரவில் கூகையாக
எம்மைச் சுற்றி வரும் காவலர்கள்!!
காதல் தூது செல்லும் காதல் தூதுவர்கள்!!
அகிலம் முழுதும் அன்பெனும் விதை விதைக்கும் அன்-பாளர்கள்!!
வானுக்கும் மண்ணுக்குமான நேசப் பாலங்கள்!!

மனம் துயர் அடையும் போதெல்லாம்
அத்துயர் துடைக்கும் தோழர்கள்!!
பல வண்ணம் கொண்ட தேவதைகள்!!
தமிழைப் போல்
இயலாக இசையாக நடனமாக..
எங்கும் பரவியே நீங்கள்..!
என்னின் செல்லப் பறவைகளே!!!

- மணிமேகலை

தமிழ் அன்னையின் ஆபரணங்களில் ஒன்றான மேகலை-யின் பெயரைத் தாங்கியவர். தமிழ் மேல் கொண்ட காதலோ இல்லை இவரது மண்ணின் மைந்தன் பாரதியின் மேல் கொண்ட மையலோ ஏதோ ஒன்று கவி கிறுக்கத் தூண்டி-யது. கதை, கவிதை என்னும் பெருங்கடலில் நீச்சல் பழகும் சிறு பிள்ளை இவர். அவரே மணிமேகலை என்னும் நாமம் கொண்ட இவ் எழுத்தாளர்.

ஆதவனுடன் ஆலியவன்

****

மங்கை எந்தன் காதலைப் பெற்றிட,
ஒருபக்கம் ஆலியவன்
தனது சிலிர் துளிகளைத் தெளித்து சிலிர்க்கச் செய்து
அவன் பால் இழுக்கிறான்..!

மறுபக்கம் வெய்யோன்னவனோ
தன் கதிர் விழிகளால் என்னை ஊடுருவி
அவன் பால் கவர்ந்து ஈர்க்கிறான்..!
இதனைக் கண்டு பொறுக்காத ஆலியவன்,
இடியையும் மின்னலையும்
தன்பங்கிற்கு தூது அனுப்பி
என்னைச் சூழ்ந்திட ஆணைப் பிறப்பிக்க,
வெய்யோன்னவன் தனது காதலை தென்றலிடம் தூது
சொல்லிச்
சடுதியில் அனுப்பி வைத்திட..
எதன் பக்கம் யான் செல்வது என
இயற்கையின் காதலில் ஓர்நொடி
மனம் குழம்பி நின்றிட,
மறுநொடியே என்னில் உம்மைச் செலுத்திக்
காதல் புரிந்திடத் துடிக்கிறேன் இயற்கையே...!

- கண்ணம்மா

எழுத்தாளர் பெயர் கண்ணம்மா. காலங்கள் இவள் கனவு-
களைக் களவாட, அதனிடம் கனவுகளை வாரிக்கொடுத்து-
விட்டு மனதோடு வலிகளைப் புதைத்து, அதனை மறக்க
வழியறியாது எழுத்தாணியைத் துணையாகப் பற்றிட, கற்-
பனை ஓட்டத்தில் எழுதப் பழகும் மழலை இவள்!

ஆர்ப்பரிக்கும் மனம்

****

வெண்மேகம் உருகி,

வெள்ளி ஓடையாய்ப் போகையிலே,

கொஞ்சம் நெஞ்சம்

சலசலத்து

நீர்வீழ்ச்சியாய் பாய்ந்திடவே!

கொஞ்சம் கொஞ்சும் மனமும்

கடலலையாய் பாய..

நித்தம் கப்பலாய் மனம் மிதக்குது,

உயிர் பறக்குது,

நிலை மாறுது, இயற்கையின் ஆர்ப்பரிப்பில்!!!

- ஜென். ஜெ

எழுத்தாளர் பெயர் ஜெ.ஜென். நல்ல நண்பர்களே வாழ்வின் வரம் என்று கருதுபவர். கவிதை வரிகளில் சற்றே மயங்குப-வர். மாற்றம் ஒன்றே மாறாதது எனும் கொள்கை உள்ளவர்.

அடாது மழை

****

வான்மதிலில் தங்களை நிலை நிறுத்தி

இரவு பகலென அயராது அகிலம் காத்திடும்

குளிரடைந்த ஒளிதேவதையும்..
கனலே காட்சியென ஆட்சிப் புரியும் ஒளி தேவனுமே..
வையகம் வளத்துடன் வாழ
ஆனந்த கண்ணீர் சிந்தும் நன் நாட்களாம்
இந்த மார்கழி எனும் பூட நாள்..
கடமைத் தவறாமல் பூலோகம் காத்து
பூமகளின் மேனியெங்கும்
மண்ணின் மைந்தர்கள் நடத்தும்
அநீதிகளைக் கண்டு
அடாது மழை விடாது எனக்
கரைந்தே தான் போகிறார்களோ..?

- நீனு சக்தி

தனிமைத் தோழியின் அன்பு பாரம் தாங்காமல் வாசிப்பே மூச்சாக அதன்விளைவால் கனவிலும், கற்பனையிலும் தோன்றும் வண்ணங்களின் எண்ணங்களை சொல்வன்மை மிக்க சிறுபடைப்பாக மாற்றும் முயற்சியில் எழுத்தாளர் நீனு சக்தி.

காடுகள்

****

அடர்ந்த மரங்கள் சூழ்ந்த ராஜாங்கமாம்..!!!
ஒரறிவு முதல் ஐந்தறிவு ஜீவன்களின் இருப்பிடமாம்..!!!

சில நேரங்களில் மனிதர்களுக்கே ஆபத்தான பகுதி-
யாம்..!!!

பல நேரங்களில் மனிதர்களை விட பாதுகாப்பு உறுதி-
யாம்..!!!

இயற்கை அன்னையின் போர்வையைப் போர்த்திப்
மும்மாரி மழைப் பொழியச் செய்யும் முக்கிய
இடமாம்..!!!

விலங்குகளின் வாழ்வை நேரில் கண்டு களிக்கும்
சுற்றுலாத் தலமாம்..!!!

உணவுச் சங்கிலியை முறையாய் கடைபிடித்து
ஒவ்வொரு விலங்கும் தனிதன்மையோடு உலவும்
அழகிய சாம்ராஜ்ஜியமாம்..!!!

மூலிகைச் செடியில் இருந்து விஷச் செடிகள் வரை
தன்னுள் கொண்டு
நல்லதும் கெட்டதும் கலந்ததே வாழ்வு என
உணர்த்தும் பாடசாலையாம்..!!!

இதைக் அழிக்க நுழையும் எதிரிகளை
குழப்ப குழப்பமான வழிகளையும்,
அச்சுறுத்தும் சூழலையும் காட்டி
பயமுறுத்துவதும் இதுவே..!!!

இங்குள்ள இயற்கையை ரசிக்கவும்,
நல்லத் தேவைகளுக்காகவும்
நுழையும் நண்பர்களை வரவேற்க
இயற்கை அழகை காட்டி
அற்புத காட்டு வாழ்வை வெளிப்படுத்துவதும் இதுவே..!!!
விலங்குகள் குழுவிலுள்ள ஒற்றுமையும்

பல விலங்குகள் கூட்டாய் வாழும் அழகையும் காண்-
கையில்

காடு சிறந்ததோ எனும் எண்ணம் எழும் வேளை-
தனில்....

அப்படிபாபட்ட சிறந்த காட்டையும் ஆள்கிறேன் என
அழிக்காமல் அது அச்சுறுத்தும் வனாந்திரமாகவோ,
கொடிய விலங்குகளின் இருப்பிடமாகவோஇருக்கட்டும்
என்ற எண்ணத்தோடு தூரமாய் நின்றே ரசித்திடு-
வோம்..!!!

- அ. நான்சி ஜெசிந்தா மேரி

எழுத்தாளர் பெயர் : அ.நான்சி ஜெசிந்தா மேரி. நல்ல
அன்பான உறவுகளால் சூழப்பட்டவள், வாசிப்பின் மீது
அலாதி ஆர்வம் கொண்டு கவிதைகளை ரசிப்பதிலும் எழு-
துவதிலும் தன்னை ஈடுபடுத்திக் கொண்டவள். பிறரை ஊக்-
கப்படுத்தி உற்சாகப்படுத்தும் நல்ல மனம் படைத்தவள்.

துளிர்

****

அறியாச் சிறுவயதில்
நம்பிக்கையாக என்மீது ஆசைக்கொண்டு
நட்டான் புதிய சொந்தம் என்று
அன்பாக நீராதாரத்தை மழையாகப் பொழிந்தான்..

அவன்மீது நான்கொண்ட அன்பில்
தளிர்விட்டு மொட்டுக் குவித்தேன்..
முதல் பூவை எதிர்பார்த்து
தவறாமல் என்னருகில் தவமாய் கிடந்தான்..
அன்பு கொடுத்தவனின் அன்பை வீணாக்காமல்
வண்ணமாய் மலர்ந்தேன் தளிராயிருந்த நான்!
மறுஜென்மாக மலர்ந்து மலராய் உருவெடுத்தேன்.!
வருடங்கள் கடக்க
இருவரும் சகோதர்கள் போன்று வளர்ந்தோம்..
நிறைய மலர்ந்தேன் என்பதால்
என்னைக் காணவே தவிர்த்தான்..
அவனைக் காணாமல் வாடத்தொடங்கிய என்னைப்
பரிதாபமாக உணர்ந்தேன்..
மேகமவள் கருணையால் பொழிந்த மழைநீரைத்
திகட்டத் திகட்டப் பருகினேன்!
அவள் வந்தது மட்டுமில்லாமல்
தென்றலும் தீண்டி குளிர்வித்தாள்..
வசந்தமாகச் சென்ற என்வாழ்வை..
வைத்தவனே மாசு என்று வெட்டினான்!
தன்வயிற்றை வளர்க்க என்னைவிட்டு மட்டுமல்ல
தாய்நாடு விட்டுக் கிளம்பினான்..
தாயைப் பிரிந்த சேயைப் போல
உயிருக்குப் போராடி வேரற்றுக் கிடந்தேன்
என்னால் சந்தோசமாக இருந்தவன்
என்சோக நிலையை காணவில்லை..
என்னைக் காத்தவன் இன்பமாக இருக்க
என் பூமித்தாயோ துக்கத்தில் கதற..

என் மற்றோரு தாயான மேகமவள்
ரத்தக்கண்ணீர் வடிக்கத் தொடங்கினாள்..
எனக்காகத் துடித்த இருவரையெண்ணியே
சிறிய ஆறுதலில் உயிர் துறந்தேன்..
என்னைத் தேடி வரும்
என்னருமை வண்டுகளும் பறவைகளும் வருந்த..
யார் வேண்டுதல் என்னவோ
மேகவள் வரத்தினால்
என்விதைகள் விழுந்த இடமெல்லாம்
நூற்றுக்கு மேற்பட்டவனாக
மீண்டும் துளிர்விட்டு உயிர் எழுந்தோம்..
நான் என்றவனாக இருந்த என்னை
நாங்கள் என்றவனாக மாற்றிய
என்னை காத்தவனுக்கு மிக்கநன்றி...

- கற்பகம். தெ

எழுத்தாளர் பெயர் தெ. கற்பகம். கவி சிற்பிகளின் எழுத்-
துக்கும் நடைக்கும் காதலி. அந்த ஈர்ப்பில் கவரப்பட்டு
தொடர் முயற்சியாக சிறு சிறு படைப்புகளை எழுதி வளர்ந்-
துக்கொண்டிருக்கும் இக்கால நங்கை.

மாயம் செய்யும் புள்ளினமே

****

இந்துவின் ஆதிக்கம் மறைந்து

பரிதியின் கரங்கள் தொடக் காத்திருக்கும்

கருமுகில் கலையும் முன்னமே

தத்தம் குரலெழுப்பி

என் இருப்பிடம் இதுவென அழைக்கும்

வண்ண வண்ணப் பட்சியே!

உன் குரல் கேட்டு கண் விழிக்கும்

முன்னமே மனம் விழிக்கும்

உன் காந்தக் குரலில் உள்ளம் ததும்பியே!

படபடவெனச் சிறகடித்து பறக்கும் அழகும்

பட்டென பக்கத்தில் அமரும் அழகும்

பரிதவிக்கும் பார்வையோடு

சுற்றும் முற்றும் பார்த்தபடி இரையைக் கொத்தும்
அழகும்

பார்ப்பதற்குத் தான் எத்தனை எத்தனை அழகு!

சின்னச் சின்ன சுள்ளி எடுத்து

சிறு அலகில்தான் சுமந்து

சிறார்களைக் காப்பதற்குச் சிறுவீடு கட்டிக்கொள்ள

சிட்டெனப் பறக்கும் என்

சின்னஞ்சிறு புள்ளினமே!

பார்வைக்கோர் கொஞ்சும் அழகு உன்னிடம்

கேட்பதற்கோர் குழையும் குரல் உன்னிடம்

கற்பதற்கோர் பல ஞானம் உன்னிடம்

கற்றுக் கொண்டே இருக்கின்றேன் பலவற்றை உன்னி-
டம்!!

- ஆ. சிவரஞ்சனி ரமேஷ்

எழுத்தாளர் பெயர் ஆ.சிவரஞ்சனி ரமேஷ். எண்ணங்களின்
பிரதிபலிப்பை எழுத்தாக படைப்பதில் ஆர்வம் மிக்கவர்.
எழுத்துக்களோடு நட்புடன் உறவாடவே ஆசை உடையவர்.
எழுதுவோரின் தேடல் மீச்சிறு ரசனைகளிலும் உள்ளது என்-
னும் சிந்தனை கொண்டவர்.

மரம்

****

குடை போல் நிழல் கொடுக்கும் உழைப்பு
குருவிப் பறவைகளுக்கும் தஞ்சம் கொடுக்கும் அரவ-
ணைப்பு..
கெட்டதை உள்வாங்கி நல்லதை மட்டும் கொடுக்கும்
மாண்பு..
நம் கண்ணுக்குத் தெரியாத காற்றை
உணர வைக்கும் அழகோ அழகு!
காய் கனிகளை அள்ளித்தரும் வள்ளல்!
தன்னை அழிக்க வருபவனுக்கும்
வாழ்வு கொடுக்கும் அற்புதம்..!
நினைத்துப் பார்க்கும்பொழுது

மரமின்றி உலகம் இருந்தென்ன லாபம்..?

- ஜா. நிஷாஹுசைன்

கதைகளைப் படிப்பதோடு மட்டுமல்லாது நேசிக்கவும் செய்-
வார். பாடல் வரிகளையும், தாளங்களையும் இரசித்துச்
சுவைப்பவர். இத்தனை நாள் வாசிப்பதை மட்டும் நேசித்த
வாசகியாகிய நிஷா ஹுசைன் என்பவருள் எழுதவும் ஆர்-
வம் வந்து கிறுக்கிய சில கிறுக்கல்கள் உங்கள் முன்...

புல்வெளி

****

பூமியின் சூட்சமம் அறியாப் பருவத்தில்
முதன்முதலாக புற்களை ரசித்துக் கொண்டிருந்தேன்!
சமுத்திரமோ நதியோ தேவையின்றி
காற்றுக் களவாடிய ஈரத்துளிகள் போதுமென
பூக்களின் நடுவில் புன் சிரிப்புடன்..!
தனக்கான வாழ்விடத்தை
நமக்கான வழித்தடமாய் ஆக்ரமித்தப் போதும்
தள்ளிநின்று வாழும் புற்கள்
ஒருபோதும் நம்மைப் போருக்கு அழைப்பதில்லை..!
புல்நுனி வீழ்ந்த
பனித்துளிக்காதலை
கதிரவன் தனக்கென எடுத்துச் செல்ல

ஒருதுளியுதிர்த்து
மறுதுளியேற்கும்
ஒவ்வொரு துளியும் அவனுக்கே என..!
உலகையழிக்கும் ஆழிப்பேரலை
மரங்களை வேரோடு சாய்த்தபோதும்
நான் யாரென்று தெரிகிறதாவென
கம்பீரமாய் நின்று பாடம் சொல்லும்..!
எண்ணிலா கோள்கள் எத்தனை இருப்பினும்
புல்லாடைப் போர்த்திய பூமியே பேரழகென
புரியாதவருடன் போர் புரிவேன்..!
மடிந்தாலும் புல்லாக மறுசென்மம் எடுப்பேன்..!

- மாயா

மாயா.. யாருக்கும் அடிபணியாத இவள். தமிழுக்குத் தலை-
வணங்கி.. தமிழச்சி என்ற சொல்லில் விளைந்த வீரத்தை
வாழ்வியலோடு சேர்த்து புதுமைக்காகப் போராடும் இவளின்
வார்த்தைகளில், போர்க்குணமே நிறைந்திருக்கும். நாவூரும்
இனிமை கொண்ட தமிழ் இலக்கியத்தின் காதலி!

பெண்மை

நீர் எந்த பாத்திரத்தில் ஊற்றப் படுகிறதோ அதன்
உருவத்தை பெரும் அந்நீரைப் போல் ஏற்ற பாத்திரத்திற்கு
ஏற்ப குணம் கொண்ட பெண் அவளை பற்றிச் சில
கவித்துளிகள்.

பெண் மனம் பேசுகிறது

- கௌதமி ராஜா "நித்தி"

நினைவுகள் மட்டுமே சுமக்கின்றன
என் சுயத்தின் சுவடுகளை..
உதடுகள் மட்டுமே சுமக்கின்றன
என் வார்த்தையின் வலிமைகளை..
பாதங்களே மறந்து போன
என் பாதச்சுவடுகளை நான்
தேடி பின்னோக்கினால் அது மாயமானது..
மாயமாய் மறைந்து போன என் சுயமே
உனை மீட்டிடவே நானும் துடிக்கிறேன்..
வார்த்தைகளால் சிலர் தொடுக்கும் சரம்
என் இருதயம் கிழித்து இரத்தம் சொட்ட விடுகிறது..
என் மனப்போரில் மடிந்தே போகின்றது

என் மனம்..
சவமாய் சாய்ந்து கிடக்கும்
என் மனதை கேள்விகளாய்
ஓராயிரம் கழுகுகள்
கொத்திக் கொத்தி ருசிபார்க்கின்றன..
மௌனம் என்னும் மோன நிலையில்
விரக்தியின் எல்லையில்
வார்த்தைகள் நினைவிழக்கும்..
அங்கே என் மௌனம் சம்மதமாய்
வரிவடிவம் பெறுகிறது..
அன்பு என்பது ஒருவழிப்பாதை
அறிந்தபின் நானும் பறக்க துடிக்கிறேன்..
பறக்க துடிக்கும் என் மனம்
பறக்கும் சுகம் மறந்தே போனது..
அடைப்பட்ட வாழ்வை ஆராதித்தே
இறக்கைகள் இரண்டும் சுமையானது..
இழந்த சிறகை மீட்டிட நானும்
இன்னல் பல கடந்து இன்புற வேண்டும்..
மனமே நீ கலங்காதே!
நீ கடந்து வந்த பாதை பெரும்
கானகம் என்பதை மறவாதே!
எரியும் தீபமும் எரிமலையாய் வெடிக்கும்..
பூக்கள் கூட பூகம்பங்கள் சுமக்கும்..
வீசும் மென்தென்றலும் பெருங்காற்றாய் சுழலும்..
நீ நினைத்துவிட்டால்..
பெண் நினைத்துவிட்டால்..
மனமே! நீ மயங்காதே..!

மறுபடி எழுந்திட தயங்காதே..!

பெண்ணென்பவள் - ஜென். ஜெ

பூமித்தாயும் உன் பிஞ்சுப்
பாதங்கள் பட தவமிருந்தாளோ?
பெற்ற தாயும் உன் பாதம்
தீண்ட தவமாய் இராளோ?
தந்தையும் தன் தாயாய்
உன்னை நினையானேனோ?
உன் தமையனும்
உன்னை தாயாய்ப் பாரானோ?
பெண்ணென்பவள்
தாயாய்,தாரமாய், தங்கையாய்,
இன்னும் எத்தனை
அவதாரமாய் வந்தாலும்,
பெண்ணென்பவள்
பெண் தான்!!
நிகராக எதனையும்
உருவகப்படுத்திட முடியாதே!!!

தவம் - அ. நான்சி ஜெசிந்தா மேரி

காலைப் பொழுது அழகாய் புலர்ந்தது
அவளின் புகுந்த வீட்டில்,
கோழி கூவிய அழைப்பில் அல்ல!
தன் மாமியாரின் முணுமுணுப்பில்..!!!
ஐந்து வருடங்களில்
பழகிய ஒன்றென மற்றவர் நினைக்க,
அது மரத்து போன ஒன்றென இவள் கத்தி உரைக்க,
அவ்வீட்டில் நிறைய முணுமுணுப்புகள்
ரீங்காரமிடுகின்றன!
மணமான புதிதில் ஆசையாய் எதிர்பார்த்த ஒன்று
இன்று ஏக்கமாய் கடந்து செல்கிறது!
இவளின் வாழ்த்தும் ஆசீர்வாதமும் இல்லாமலே
பல சுப நிகழ்வுகள் அரங்கேறும்!
அதில் பத்தோடு பதினொன்றாய் கடந்து சென்றது
தங்கையின் திருமண வைபோகம்!
நாத்தனாரின் திருமணத்தில்
ஓரமாய் நின்று எட்டிப் பார்த்தவளுக்கு
குத்தல் பேச்சும் அறிவுரை வீச்சும்
இலவசமாய் கிடைத்தது!
தன் கண்முன்னே மணாளனுக்கு நடக்கும்
மறுமண பேச்சு வார்த்தையைக் கேட்டு
மனதளவில் உடைந்து போனாள்!
அதனைவிட தன் குறையை மறைத்து
ஜம்பமாய் பேச்சு வார்த்தையில் கலந்து கொண்ட
மணாளனை கண்டு

சுக்குநூறாய் நொறுங்கிப் போனாள்!
கர்ப்பிணிகளின் வயிற்றை ஏக்கத்தோடு பார்த்து
தன் வயிற்றை தடவி பார்க்கும்
இவளின் வேதனை சொல்லில் அடங்கா!
இத்தனையும் எண்ணி பெருமூச்சு விட்டு
இவள் சமையலுக்கு காய்கறிகளைத் தேடுகையில்
தானாய் முணுமுணுப்பு இவளைத் தேடி வந்தது..!!!

என்னின் பயணம்! - நந்தினி சுகுமாரன்.

கள்ளிப்பாலைக் கடந்து..
உயிர் காக்கும் நெல்மணி காலனாய் மாறி
தொண்டைக் குழியில் சிக்கத் துடிக்க,
அதனில் இருந்து மீண்டு..
கல்வியின் சுகந்தம் மறுக்கப்பட,
முட்டி மோதி நுகர்ந்து..
பார்த்தால் பாவம்
பேசினால் தவறு
கேட்டால் குற்றம்
சிரித்தால் தண்டனை என்ற வட்டத்தில்,
உள்ளத்தோடு சேர்த்து உணர்வையும் ஒடுக்கி..
மொட்டானது மலர
கழுகுப் பார்வைகளுக்குத் தப்பி,
தாயின் முந்தானைக்குள் ஒளிந்து..
காணாதெல்லாம் கண்டுவிட ஆசைக் கொண்டு..

கேட்ட சொற்களின் தாக்கம் தொலைத்து..
சேர்த்து வைத்த கனாக்களைத் தேடி..
இறுக்கிக் கட்டிய மனச்சிறகுகளை விரித்து..
துணிவெனும் அணிகலன் பூண்டு..
பெண்மைக்கான என்னின் கட்டுக்களை
அறுத்தெறிந்து..
கூட்டைத் தாண்டி வெளியேறத் தயாராக..
உறவு முடிச்சிட்டு, இல்லாளின் வர்ணம் பூசி..
மரணத்தைத் தீண்டி, தாய்மையின் வரம் பெற்று..
ஈன்றெடுத்த எந்தன் உதிரத்தை உயர்த்த முயல்வதில்,
சமுதாயம் காட்டிடும் பயத்தின் பிம்பந்தனில்
வீழ்ந்திடுவேனோ யான்..?

<u>உன்னை அடிமை செய்தது யாரடியோ!</u>

- சுசீலா சிவா

பெண்ணே..!
ஆழ்கடலின் அமைதியும் உன்னுளே
ஆழிப்பேரலையின் ஆர்ப்பரிப்பும் உன்னுளே...!!
மென் அலையாய் வந்து அன்பை தருபவளும்
உன்னுளே...
ஆக்ரோஷ அலையாய்
வந்து அன்பை அழிப்பவளும் உன்னுளே...!!

மண் மணம் மாறா மங்கையும் உன்னுளே....
நவநாகரிக நங்கையும் உன்னுளே...!!
தேவதையின் கருணை மனமும் உன்னுளே...
பைசாசத்தின் கொடும் குணமும் உன்னுளே...!!
பிரபஞ்சத்தின் மொத்த அழகும் உன்னுளே...
புவியின் அலங்கோலங்களும் உன்னுளே...!!
இயற்கை பேரெழின் உவமையும் நீ...
அழிவின் உவமையும் நீ...!!
பெண்ணே...
அத்தனையும் உன்னுள் அடங்கிட
உன்னை அடிமை செய்தது யாரடியோ??
பெண்ணே...
பெண்ணடிமை செய்யும் மூடத்தனத்தை
விட்டொழிப்போம்!
பெண்மை என்றும்
வாழ்க! வளர்க! வெல்க!
எனப் போற்றிடுவோம்...!!

பெண்ணடிமைத்தனம் - மணிமேகலை

பெண்ணே சக்தி என்றாய்
அச்சக்தி இல்லையேல் சிவமேது என்றாய்!
வீட்டிற்குள் வெந்நீர் போட வைத்து விட்டு
விண்வெளிக்குப் பெண்ணை அனுப்புகிறேன்
என்கிறாய்!

பெண்ணை இயற்கையின் வடிவமாய் உருவகப்படுத்திய
நீயே

அவளின் இயற்கை இன்னல்களை கூட
காது கொடுத்து கேளாமல் போனது ஏனோ?
பெண்ணை காப்பியமாக படைத்த நீயே
காபி போட மட்டும் அவளை
பயன்படுத்துவதேனோ?
அன்பு என்னும் ஒற்றை சொல்லை வைத்து,
கோவலனாக மாதவியை நாடிச் சென்று
கண்ணகியையும்
கண்ணகியிடம் வந்து மாதவியையும்
இரு பெண்களின் மனதை ரணம் ஆக்கினாய்...
துஷ்யந்தனாக வந்து உன்னை
தன் உயிர் என எண்ணி வாழ்ந்த சகுந்தலையை
மறந்தாய்...
அதியமானாக நல்ல நண்பனாக நடந்து கொள்ளும் நீ
குடும்ப தலைவன் ஆனவுடன் குணம் மாறுவது
ஏனோ!!

என்னில் சரி பாதி நீ என்கிறாய்
பாதியை நீ அடிமைப் படுத்துவது
உன்னை நீயே அடிமை ஆக்குவது போல் ஆகாதா?
இன்னும் ஓராயிரம் பாரதி வந்தாலும்
பெண்ணடிமைத்தனத்தை அழிக்க முடியுமா?
ஐயம் தான் எழுகிறது பெண்ணவளின் நெஞ்சில்..!

கவியை ஆளும் பொக்கிஷம்

- ஆ.சிவரஞ்சனி ரமேஷ்

கவிப்புனைய கை போகும் முன்னே
கவிஞன் மனம் நுழையும் பெண்ணே
உனையே ஏந்துவான் உவமையாய் உவமேயமாய்
எங்குமே
இயற்கையின் எல்லாமுமாய் நீயாக
நிலமதை ஆள்பவளும் நீயே
நிலவாய் ஒளிர்பவளும் நீயே
நதியாய் பாய்பவளும் நீயே
நட்சத்திரமாய் மிளிர்பவளும் நீயே
அன்பிற்கு ஆதாரமும் நீயே
உறவிற்கு பாலமும் நீயே
மலராய் மனம் பறிப்பவளும் நீயே
இசைக்கு இசையாவும் நீயே
கருணைக்கு வித்தும் நீயே
கற்பிற்கு இலக்கணமும் நீயே
புலவனவன் புத்தியில் புதைந்துபோன பொக்கிஷமே
உன்னை தொடாமல் அவன் கவி நகராதே
புலப்படும் மார்க்கமெல்லாம் உன் வடிவமே
என்றும் கவியை ஆளும் பெண்மையே!!

அஞ்சாதே பெண்ணே! - கண்ணம்மா

நீ வாழ்வதும் வீழ்வதும்
உந்தன் கரங்களில் தான்
உள்ளது பெண்ணே..
உனை அச்சப்படுத்தி
பார்த்திட இங்கே
பல காத்திருக்க,
நீ ஒருபொழுதும்
எதனை கண்டும் அஞ்சிடாதே..
நீ படும் துயரங்கள்
ஆயிரம் இருப்பினும்
நெஞ்சோடு பூட்டிவைத்து
வைராக்கியம் என்ற
தீபத்தை மனதினிலே ஏற்றி
மீண்டும் முன்னேறு..
முடியாதென்று எண்ணி
ஓர் நொடியும் நீ
துவண்டு விடாமல்
முயன்று கொண்டேயிரு
பார் முழுவதும் உந்தன் பெயர் ஒலிக்கும்வரை..!

வெற்றுவயிறு - சிவப்பிரியா"தேனு"

காதல் தாகம் தெவிட்டிய பின்னும்

நான் எதிர்நோக்கியது உனக்காக!

மாதமாதம் என் காத்திருப்பின்

வலியும் உனக்காக!

நான் சிந்தும் ஒவ்வொரு கண்ணீர்

துளியும் உனக்காக!

உனைப்பெற இறைவனிடம் உருகும்

என்மனம் உனக்காக!

மலடி என்ற பட்டம் பெற்றும்

நான் வாழ்வது உனக்காக!

உன் மழலை மொழி கேட்க மரணத்தையும்

உச்சி முகர நான் தயார் உனக்காக!

என் கண்ணீர் துடைக்க

இந்த தாய்மடி சேர்வாயா

என் கண்மணியே!

என் வெற்று வயிற்றை நிரப்பிட வருவாயா!!!

விரைவில் எனக்காக!!!

<u>மௌனமொழியாள் - சுந்தரி பாஸ்கரன்</u>

மனதுக்குள் கரைபுரண்டோடும்

ஆசைகள் ஏராளம்!

கனவுகளோ ஆயிரங்கள்!

எண்ணமும் வண்ணமும் இருகரைகளாக..

நடுவில் அவளின் பயணம்!

சில வேளைகளில் ததும்பி வழிகிறாள்!

சில வேளையில் சுழன்று தவிக்கிறாள்!
நாவறண்டும் போகிறாள்!
எதிர்பார்ப்பதில்லையவள்
ஆனாலும் மனமது ஆசை கொள்கிறதே!
கரைதாண்டிச் செல்ல அனுமதி மறுக்கபட..
மூச்சுமுட்டி போகிறாள்!
மனம் மௌனத்தில் கரைய...
சிறகுகள் இருந்தும் பறக்கமுடியா பறவையவள்!
பெண்ணின் மனதை கேட்டு பாருங்களேன்..
ஆழம் அதிகம்தான்
ஆனால் அன்பென்ற மகுடிக்குக் கட்டுபடுகிறாள்!
உள்ளுக்குள் குமுறல்கள் பல..
உதாசீனங்கள் ஏகமாய் அவளுக்கு!
கால்களது வேகமெடுக்கும் வெளியேற...
மனமோ அடங்கிவிடும்!
சொல்வது எளிதாகி போகிறது...
பெண்களே துணிந்து நில்லுங்கள்,
துவண்டு விடாதீர்கள் என...
ஒரு நாள் இவ்வுலகில் தனித்து
வாழும் பாக்கியம் பெண்ணிற்கில்லையே!
துரத்தும் பேச்சும்
தூற்றும் வாயும்
கள்ளப்பார்வையும்
கபடதாரிகளின் பிடியில் சிக்காமல் இருக்க..
வீட்டுக்குள் அடிமைகள் பல உண்டு!
கௌரவ அடிமைகள் மனைவியென்ற பெயரில்...!
காலங்கள் மாறினாலும் சில மனித மனங்களில்

கசடுகள் நிறைந்துள்ளது!
சில பெண்கள் மனதோடு மௌனமாய் பேசுகிறார்கள்!
மௌனம்...
சில நேரங்களில் அழகு!
சில நேரங்களில் தவிப்பு!

பெண்ணானவள் - தேவ பவானி "பிரகன்"

அழகில் மதியவள்

ஆழ் மனதில் அகழியவள்

இன்பத்தில் தேனவள்

ஈகையில் கொடையவள்

உலகில் பெரியவள்

ஊரார் போற்றும் உத்தமியவள்

எழுத்தில் உயிரவள்

ஏழுலகம் புகழும் அன்னையவள்

ஐந்தில் அக்னியவள்

ஒன்பதில் நெல்மணியானவள்

ஓயாது அலைகொண்ட கடலானவள்

அனைத்திலும் முதலானவள்

திரைகொண்டு மறைத்தாலும் மறையாதவள்!

மனிதகுலம் தோன்ற கருவானவள்

கருவை உருவாக சுமந்தாளவள்

உருவை உயிராக படைத்தாளவள்

படைத்தல் தொழில் செய்யும் கடவுள் தானவள்

கடவுள் மறுவுருவாய் வந்தாளவள்..
இவ்வையகம் போற்ற பெண்ணுருவாக
வளர்ந்தாளவள்...!

தேவதைப்பெண் - மாயா

பெண்ணன்பின் ஊற்றில்
யாரேனும் ஒரு துளி அன்பை திருப்பி அனுப்புங்கள்.
இந்த பிரபஞ்சத்தின் பேரழகெல்லாம்
வீட்டில் காண்பீர்.
தன் இறந்தகாலத்தின் இழப்புகள் கொண்டே
எதிர்காலத்தை சொர்க்கமாய் மாற்றும்
இவளறிவினை மிஞ்சிடுமோ ஆடவர் அறிவு?
உறவுகளின் நன்மைக்காக
முடக்கிவைக்கப்பட்ட
பேராற்றலின் மொத்தமும்
அமைதியாய் உறைந்தது
அவளுள் என்பதை புரிந்தவர் யாரோ?
சக்தியின் சொரூபத்தை
சிறிதேனும் உணர்ந்தவன் பூசை செய்தான்.
உணராது பயந்தவன் அடிமையாக்க முயற்சித்தான்.
பல நூற்றாண்டுகளாய் ஆளப்பட்டிருக்கிறோம்
அடிமைகளல்ல நாம்
அவ்வாறு சித்தரிக்கப்பட்டவர்கள்.
விழித்தெழுங்கள்

உயிர்த்தெழுங்கள்

பெண்ணவதாரத்தில் பெருமை கொள்ளுங்கள்.

சிறப்பை தேடி அலைவது எதற்கு

சிறந்த ஆன்மாக்களே

பெண்களாய் பிறந்திருக்கிறோம்!

விடியுமோ ஒரு கருக்கல் -நீனு சக்தி

நடுநிசி இரவு நிசப்தமான சாலையில்

கால் அதன் போக்கில் நடக்க

சன்னமான பூங்கொலுசின்

ஓசைக் கேட்டு இரை தேட பறந்த

இரவு நேர பறவை கூட்டம் ஒன்று

ரசித்து விட்டு அதன் வழியில் செல்ல

அவைகளிலிருந்து பிரிந்து வந்த

ஒரு பறவை மட்டும்

முகத்துக்கு அருகே வந்து நலம் விசாரிக்க

ஐந்தறிவு ஜீவன் ஆறறிவு போல்

பழிக்காதென்ற நம்பிக்கையில்...

தோஷங்கள் சில தனக்கு

நெருங்கிய உறவுகள் ஆகியதால்

தேடி வர உறவுகளுக்கு எல்லாம் வேண்டாதவளாக

ஆனால் சில ஜன்னல் கண்களுக்கு இரையாகிப்

போகும்

தன் இளமை கடந்த கன்னி பருவத்தை

சிலர் பொழுதுபோக்கு பேச்சுக்கு

காட்சி படமாக்கும் தன்

சோக கதையை சொல்லி முடிக்க

இரக்கப்பட்ட பறவையும் என்ன நினைத்ததோ

அதன் பாஷையில்

ஏதோ சொல்லிவிட்டு பறந்து செல்ல

நடந்து ஓய்ந்த கால்கள்

துவண்டு போவது போல் தோன்ற

மெல்ல விழித்த விழிகளின் செவிகளில்

நாளைக்கு வர வரனாவது

நல்ல முறையில் அமைய வேண்டுமென்று

தாய் வேதனையில் புலம்பியது

இப்போதும் நன்றாக கேட்க

மிஞ்சி இருந்த தூக்கமும் கலைந்து போக

கருக்கல் சூழ்ந்த பூமகளும்

இன்னும் சற்று நேரத்தில் வர போகும்

அவளவனுக்காக காத்திருந்தாள்

அவளை போல் தனக்கும்

இன்றைய பொழுது தன்னவனை

சேர்த்து வைக்குமென்ற நம்பிக்கையில்....

விடியப் போகும் விடியலை எதிர்பார்ப்போடு

வரவேற்று...!

புதுமை பெண்ணவள் – கற்பகம். தெ

விண்ணைநோக்கி உயர்ந்து தலை தாழ்ந்து

மண்ணை நோக்கும் நெற்கதிரல்ல

பெண்ணே நீ!

விண்ணுலகம் முதல் மண்ணுலகம் வரை ஆளும்

சூரியனை போன்று எல்லையில்லா

ஒளிக்கற்றைகளை கொண்டவள் நீ!

சேற்றில் இறங்கி நாற்று நடுவது முதல்

விண்ணுலக ஆராய்ச்சி செய்து உலகையே நிமிர

செய்தவள் நீ!

நேற்று வரை தங்கள் குடும்ப வாரிசு

தழைக்கவந்தவள் என்ற பட்டத்தை

இந்த நாட்டை தழைக்க வந்த புதுமை பெண்ணவள் நீ!

என்று புதுப்பித்துவிட்டாய்!

இன்று உன் பாதம் பதித்து உன் அடையாளம்

செதுக்காத

துறை ஏதும் உள்ளதா என்று

எண்ணுபவர்களை உருவாக்கி விட்டாய் நீ!

வீட்டு கூண்டில் அடைப்பட்டாலும் விரல் நுனியில்

இணையம் மூலம் எல்லையில்லா

சாதனைகள் படைத்து

உயர்ந்து நிற்கிறாய் நீ!

உன்னை குறைசொல்லி அடக்க நினைப்பவர்களுக்கு

தன்னிலை விளக்கம் கொடுக்காமல்

உன் திறமை கொண்டு மெய்மறந்து பாராட்ட

செய்துவிடு!

தரணி ஆளும் அரசியாக எண்ணம் வேண்டும்!

தன் திறமையில் நாயகியாக பெயர் வேண்டும்!

தன் முயற்சியில் வீராங்கனையாக புகழ் வேண்டும்!

தன் தோல்வியில் தோழியாக ஆறுதல் வேண்டும்!

தன் வெற்றியில் குழந்தையாக மனம் எண்ணம்
வேண்டும்..!

பெண்களின் பெருமைகள் – ஜா. நிஷாஹுசைன்

அன்பான பெண்களிடம் ஆணவம் இருக்காது!

அடக்கமான பெண்களிடம் அகங்காரம் இருக்காது!

அமைதியான பெண்களிடம் ஆரவாரங்கள் இருக்காது!

அம்சமான பெண்களிடம் ஆடம்பரங்கள் இருக்காது!

அக்கறையுள்ள பெண்களிடம் ஆதிக்க குணம்
இருக்காது!

அதிகாரமுள்ள பெண்களிடம் அடக்கம் இருக்காது!

அழகான பெண்களிடம் அச்சங்கள் இருக்காது!

ஆணவம் கொண்ட பெண்களிடம் இறை அம்சங்கள்
இருக்காது!

அற்பமான பெண்களிடம் அன்பு இருக்காது!

அலைபாயும் பெண்களிடம் அறிவு இருக்காது!

அடங்காத பெண்களிடம் கலாச்சாரம் இருக்காது!

ஆராதிக்கும் பெண்களிடம் அற்பத்தனம் இருக்காது!

கண்ணியப்பார்வை.!

பார்வைகள் எத்தனை விதம்!

அதுவும் பெண் என்றால்

எத்தனை எத்தனை பார்வை!

அவளின் யாக்கை மீது!!

அவளின் மேனியும் குருதியும்

சதையும் கலந்த பிண்டம் தானே!

அப்புறம் ஏன் இந்த தவறான

பார்வை அவளின் யாக்கை மீது!!!

கண்ணியப்பார்வை பார்ப்பவர்

ஒருசிலர் என்றால்!!!

கண்ணியமற்று பார்ப்பவர்கள்

தான் பல பேர்!!

கண்ணியம் என்றால் என்ன

விலை என்று கேட்பவரும்

உண்டு நம் மேதினியில்!!

கண்ணியத்துடன் மங்கையின் துகில் இருந்தாலும்!!

பார்க்கிறவன் பார்வையில் கண்ணியமில்லையே!!!!

சிகரத்தினை தொடும் மங்கையாகஇருந்தாலும்!!

அவளின் அங்கங்களைத் தான் தொட

நினைக்கிறான் பலகாமுகன்!!

அவனின் கண்ணியமற்றப் பார்வையால்!!

கல்வியில் மதிப்பீடு வழங்கிய

காலங்களே கடந்து

கலவியில் மதிப்பீடு வழங்கும்

நவீன கலியுகத்தில் வாழ்ந்து வருகிறோம்!!
எல்லோரின் பார்வையும்
கலியுகத்திற்கு ஏற்றது போல் மாறிவிட்டதா!
அல்லது மாற்றப்பட்டதா!!
அதில் நாம் எங்கே சென்று
கண்ணியப்பார்வையை தேடி அலைவது..?

- மஹி

இயற்கை தாயின் அரவணைப்பில் வாழ நினைப்பவள். கடி-
னப் பாதைகளையும் எளிமையாக கடக்க விரும்பும் மங்-
கையவள். வாழ்க்கையை புத்தகங்களோடு வாழ விரும்பும்
புத்தகக்காதலி. சுதந்திரக் காற்றினை சுவாசிக்க விரும்பும்
பாவை. இவள் மஹி..

அந்தாதி

ரோஜாக்களின் கை வண்ணம் கொண்டு தொடுத்த அந்தாதி மாலைகள்.

ஆசைக் கொள்கிறேன் - சுசீலா சிவா

ஆசைக் கொள்கிறேன்...
பிரபஞ்சத்தின் அத்தனை அழகிலும்
அத்தனை இயக்கங்களிலும்
ஒவ்வொரு நாள் மட்டுமே வாழ்ந்திட
பேராசைக் கொள்கிறேன்..!!!
பிரபஞ்சத்தின் உயர்ந்த அழகியல் எல்லாம்
உயரத்திலாமே அதனாலோ என்னவோ
இப்படி ஒரு விபரீத ஆசை வந்திட்டதோ என்னுள்..!
இதோ, என் பேராசை
நெடு நீள் பாதையாய் தொடங்குகிறது...
முடிவு உண்டா என்ன
ஆசைக்கு முடிவேது..!
இளங்காலை பொழுதாய் புலரவும் ஆசை..
பொன் அந்தி மாலையாய் அஸ்தமனம் ஆகவும்
ஆசை..!
இளம்பரிதியாய் இதம் தரவும் ஆசை..
பகலவனாய் சுட்டெரிக்கவும் ஆசை..!

மதிப்பிஞ்சாய் தோன்றிடவும் ஆசை..
பூரண மதியாய் ஜொலித்திடவும் ஆசை..!
நீல வானமாகவும் ஒருநாள் வாழ்ந்திட ஆசை..
வெண்மேகமாகவும் ஒரு நாள் வாழ்ந்திட ஆசை..!
தென்றலாய் மாறிடவும் ஆசை..
சூறாவளியாய் சுழன்று வீசவும் ஆசை..!
பைந்தெரியலாய் நின்றிடவும் ஆசை
பொதும்பராய் சிரித்திடவும் ஆசை..!
அருவியாய் வீழ்ந்திடவும் ஆசை
நெடுநீள் நதியாய் தவழ்ந்தோடவும் ஆசை..!
மரமாகவும் ஆசைத் துளிர்க்கும்
இலைகளின் பசுமை வண்ணமாகவும் ஆசை..!
முகை அவிழ்க்கும் வண்ண மலராகவும் ஆசை..
மலரின் நறுமணமாகவும் ஆசை...!
மூங்கில் துளைக்கும் அளியாகவும் ஆசை..
அதன்வழிக் கசியும் இசையாகவும் ஆசை..!
மெல்லிசையாகவும் ஆசை..
ஆதி தமிழனின் பறை இசையாகவும் ஆசை..!
இறையின் பழுதற்ற படைப்பிலும்
மானுடத்தின் பிழையான படைப்பிலும்
வாழ்ந்திடவே ஆசை...!
என்னின் ஆசை நிறைவேறா ஆசைகள் தான்..
ஆயினும் ஆசைக்கு அளவேது..??
அணைதான் ஏது..??

ஏது மனிதம்? - தேவ பவானி "பிரகன்"

அன்பேது அழகேது?
அற்பக்குணம் படைத்த மனிதனிடத்தே!
இனமேது மொழியேது?
இழிவெண்ணம் கொண்ட மனிதனிடத்தே!
ஈவேது இரக்கமேது?
ஈகையற்ற மனிதனிடத்தே!
கருணையேது கனிவேது?
காலத்தால் மாறிய மனிதனிடத்தே!
பணிவேது பரிவேது?
பண்பற்ற மனிதனிடத்தே!
உறவேது உரிமையேது?
உபகாரமற்ற மனிதனிடத்தே!
மனமேது மதியேது?
மனிதம் மரித்த மனிதனிடத்தே!

மனித(ம்)ன் - கௌதமி ராஜா "நித்தி"

மனிதனிடத்தே மயங்கி கிடக்கிறது
மனிதம்...
மயக்கம் தெளிந்து அது விழிப்பது
எப்போது..?
விழிக்கும் முன்னே அதன் விழிபிடுங்கி
வீதியில் எரிந்து

கையில் திருவோடு திணித்து
பிச்சையையும் பிடுங்கி தின்பான்
இந்த மனிதம் தின்னும் மனிதன்..
மனிதம் புனிதமாம்..!
யார் சொன்னது..?
புனிதம் புண்ணியம் எல்லாம்
புண்ணாக்கிற்கு சமமானது..
மனிதம் பேசும் நானும் மனிதன் தானா..?
இல்லை என்றே உரைக்கிறது
என் மனிதம் கொண்ட மனம்..
மனிதம் பேசினால் நீ மதியிழந்தாய்
என்று நகைக்கும் பலருக்காய்
மனிதம் இழந்த மனிதனில் நானும் அடக்கமே..
எங்கே மனிதம் வாழ்கிறது..?
விபத்தில் சிக்கி
மரணத்தின் வாயிலில் கிடப்பவனை
கண்டும் காணாமல் கடந்து செல்லும் போதும்..
இளைத்தவனை துன்புறுத்தி
வருமானம் ஈட்டும் போதும்..
கிழிந்த பெண்ணின் ஆடையை
இன்னும் கிழியுமா என்று ஏக்கத்தோடு
பார்க்கும்போதும்..
கையேந்தி யாசகம் கேட்பவனை
வசை பாடி விரட்டும் போதும்..
அறிவு தெளிந்தோல் ஆட்சி இல்லையென
குடிமக்களை குடிகாரனாக்கும் போதும்..
இளம் பிஞ்சுகளை தன் காமப்பசிக்கு

இரையாக்கும் போதும்..
பணத்திற்காய் பதவிக்காய் உயிர் பறிக்கும் போதும்..
தாய் தந்தையருக்கு உணவிடாமல்
அனாதையாய் அலைய விடும்போதும்..
இங்கே
மனிதம் மரித்து மனிதன் வாழ்கிறான்..
மனிதன் மட்டுமே வாழ்கிறான்..
மானங்கெட்டு ஈனப்பிறவியாய்
இன்னும் இப்புவியில் மனிதனாய்
அவன் வாழ்கிறான்..!

தீருமோ! சமூக சாயல்கள் - நீனு சக்தி

வாழ்கிறான் மனிதன் எதன் அடிப்படையிலென்ற
விவாதத்தில்
ஈடுபட்டிருந்த மூன்று
பறவைகளுக்குள் கடும் வாக்குவாதம்...
சாதிப் பறவை நான் தான் உயர்ந்தவனென்று
மார்த்தாட்டியது...
மதப் பறவை
இல்லையில்லை நான் தான் உயர்ந்தவன் என்று
பெருமைப்பட்டது...
இனப் பறவை நக்கலாக சிரித்தது
நான் இல்லாமலா நீங்க வந்துட்டீங்க என்று....
புதிதாய் ஒரு குரல் கேட்க

மூன்றும் அமைதியாகி உற்று கேட்டது
அருகில் மொழி பறவை புரியாத பாஷையில்
ஏதோ உளற...
இதுக்கு வேற வேலை இல்லை
என்ற அலட்சியத்தோடு தங்கள் பேச்சை
ஆரம்பித்தன...
அமைதியாக சிரித்தது மனப்பறவை
மதியிழந்த மூடர்கள்...
என்னில் தோன்றும் அவர்களின்
எண்ணங்கள், அடிப்படையான நம்பிக்கைகள் எல்லாம்
ஒரே மாதிரி இருக்க
அப்புறமென்ன உயர்ந்தவன், தாழ்ந்தவனென வீண்
விவாதம்...
இவர்கள் இப்படியே தங்களை அடித்துக்கொள்ள...
இடி இடியென சிரித்தது
அவர்கள் நிலத்தில் புதையுண்டு
இருந்த ராட்சச தொலைபேசிக் கோபுரம்....
நீங்கள் இப்படி அடித்துக் கொண்டும்,
என்னில் மூழ்கியும் இருக்கும் வரை...
அபகரிக்கப்பட்டு பொட்டல் காடென
விரிந்து கிடந்த பக்கமெல்லாம்
கார்ப்பரேட் முத்திரை பதித்து
துளிர்விட்டு இருக்கும் கருங்கற்கள் எல்லாம்
அடுத்த அவதாரம் எடுத்து உங்களை அழிப்பது
உறுதியென..!

அன்பும் அழகான வாழ்க்கையும்

- ஜா. நிஷாஹுசைன்

உறுதியற்ற இவ்வுலகில்

நெஞ்சில் புதைந்திருக்கும் நினைவில்

நீண்டநாள் வாழ்வின் சுவடுகளில்

சுடும் வெயிலிலும்

சுகமான தென்றலிலும்

வண்ணமலர்கள் போல் பூத்து குலுங்கிய மாணவ
பருவமிது!

மனதில் கவலையின்றி சிறகடித்து திரிந்த பொழுதுகள்!

நிலையான அன்பின் நட்பை

நினைக்கையில் இன்றும் என்றும் இளமை!

உற்றார் உறவினர்களோடு வாழ்ந்து

உயிரையும் உணர்வுகளையும் உரசி சென்ற தருணம்
அது!

இனிமையான இல்லற பந்தத்தில்

இதயம் தொட்ட நினைவலையில்

நம் தள்ளாத வயது வந்தால் கூட அசைப்போடும்
மனது!

நிறைவோடு அவ்வன்பைத் தேடி வருவது உறுதி..!

வாழ்க்கை - மாயா

உறுதியோடு
இருக்க நினைத்த
தருணங்களில்
நான் அதிகம் சிதைந்தேன்!
வழிந்தோடும் கனவுகளோடு
காத்திருந்த போதெல்லாம்
இடைவிடாது
இறுகினேன்!
தேடுதல் தொலைத்து
மனம் விலகி நிற்கையில்,
அருகில் வரும்
வசந்தத்தை வாரிக்கொள்ள
உணர்வில்லா என் கைகள்
நீள மறுக்கும்...
எதிரெதிர் திசைகளில்
எனையிழுக்கும்
விதிகளற்ற முரணின்
மறுபெயர் தான்
வாழ்க்கை...!

வானவில் தோரணங்கள் – சுந்தரி பாஸ்கரன்

வாழ்க்கையில் வசந்தங்களைக் காண மனமும்
நினைக்குதே...

தடுமாறி நிற்குதே வழியறியாமலே!

அழகு செடிகளைப் பார்த்து மனமது ஆசை
கொள்கிறதே...

தளதளவென தளிராய் வளர்ந்திடவே!

பிடிங்கியெறியப்படுகிறேன்

மரத்து போன கைகளால்...

படரும் கொடியாய்

படர்ந்திடவே மனமோ பெரிதும் நினைக்க...

படர்வதற்குள் பறிக்கப் படுகிறேன்?

நினைப்பதெல்லாம் நடப்பதேது?

மனதில் உறுதி வேண்டுமோ..?

அன்பென்ற பாசக்கயிற்றை பற்றிக் கொண்டே
ஏறுகிறேன்...

ஏறுமிடமெல்லாம் சறுக்கல் பல!

இதோ தெரிகிறதே

சிறு மின்னலென

பற்றிக்கொள்ளும் படிக்கட்டு..

நம்பிக்கையெனும்

தடி கொண்டு ஏறுகிறேன்..

உறுதியாய் கடந்துவிடுவேன்

என மனம் சொல்ல..

கரைந்து போகாமல்

கரை சேர கைகோர்க்கும் என்னவனே...

உன் கைதனை பற்றிடவே...
மனதில் இனம்புரியா
மகிழ்ச்சியதில் சிறகடிக்குதே மனம்!
அடர்ந்த வனமதில் இருந்தாலும்..
மனதில் திடமது குடி கொள்கிறதே
உன் அருகாமையில்!
புரிந்து கொண்டாயோ என்
மனதின் ஆசையின்
ஒலைசகளை!
நசுக்கிவிடாதே என்னவேனே..
என் கனவுகள் ஏராளம்!
உன்கைப் பற்றியே காண துடிக்கிறேன்!
உன்விழி வழியே..
என் ஆசைக்கனவுகள்
நிறைவேறுமென..
காத்திருக்கிறேன் நானும்..
இதமான தென்றல் போல் என் வாழ்க்கையில்
வந்தாயோ!
வசந்தங்கள் வீச
வாழ்த்து பாடுகிறதோ!
வானத்து மேகங்கள்
தூரவும் மழையாய்...
தூறலும் சாரலுமாய்..
வண்ணங்களென
வாழ்க்கையில்...
வானவில் போராட்டம்..!

<u>கற்றிடும் பாடம் - நந்தினி சுகுமாரன்.</u>

போராட்டமே வாழ்க்கை...
அந்த வாழ்க்கைப் போராட்டம்
கற்றுக் கொடுக்கும் பாடங்கள் தான் எத்தனை
எத்தனை?

விழிகள் காண்பவை
காட்சிப் பிழையாய் போவது ஏமாற்றப் பாடம்
செவிகள் கேட்பது
பொய்மையாய் மாறுவது வழக்கமானப் பாடம்
இதழ்கள் உதிர்ப்பது
வாய்மை தவறுவதாய் உலகப் பாடம்
உறவுகளின் புரிதல் விசித்திரப் பாடம்
வரவில் நெருக்கம் அனைவரும் அறிந்த பாடம்
கடனில் விலகல் அனுபவத்தின் பாடம்
கைக் குலுக்கலில் மௌனப் புன்னகை ரசனையானப்
பாடம்

தோழமையில் அறிவது ஆதரவு பாடம்
பெண்மையின் பொறுமையில் வாழ்க்கைப் பாடம்
ஆண்மையின் வலிமையில் அரவணைப்பின் பாடம்
மழலைச் செல்வங்களில் மகிழ்ச்சிப் பாடம்
வலியில் சிரிக்கக் கற்கும் பாடம்
எதிர்நீச்சல் இட கற்றிடும் பாடம்
விதி கற்றுத்தரும் ஆயிரம் ஆயிரம் பாடம்
தோல்விக்குப் பாடம் முயற்சி
வெற்றிக்குப் பாடம் தாழ்மை
ஆசைக்குப் பாடம் நிதானம்

அவசியத்தின் பாடம் நிறைவு

எதிர்பார்ப்பின் பாடம் ஏமாற்றம்

ஏக்கத்தின் பாடம் தேடல்

தேடலின் பாடம் தேவை

தேவையின் பாடம் கனவு

கனவின் பாடம் லட்சியம்

லட்சியத்திற்குப் பாடம் விவேகம்

சினத்தின் பாடம் இயலாமை

சிரிப்பின் பாடம் அழகு

சூரியனின் பாடம் வலிமை

நிலவனின் பாடம் தன்மை

வானின் பாடம் தாராளம்

காற்றின் பாடம் மூச்சு

நெருப்பின் பாடம் தூய்மை

மழையின் பாடம் சமத்துவம்

மண்ணின் பாடம் ஈகை

இயற்கையின் நமக்கான பாடம் அன்பு!

எதுவும் சாத்தியமே - ஆ.சிவரஞ்சனி ரமேஷ்

அகத்தே ஊற்று போல் பொங்கினால்

அனைத்துலகமும் தன்வசமாகும்!

ஆத்மார்த்தமான உணர்வு என்றெண்ணினால்

ஆருயிர் சொந்தங்கள் உருவாகும்!

இயன்றளவும் இனிமையோடு பழகுவதால்

இன்பமோடு எட்டுத்திக்கும் புகழ் பரவும்!
ஈரத்தோடு இன்முகம் ஏந்துவதால்
ஈட்டி போல் ஆழ்மனம் வரை பாயும்!
உறக்கத்திலும் உன் முகம் காட்டினால்
உன் புகழ் உலகம் உள்ளவரை நிலைக்கும்!
ஊனுயிரில் கலந்து உவகையானால்
ஊழிக்காலம் வரை உறுதியளிக்கும்!
எல்லவன் போல் எவருள்ளும் நோக்கினால்
எழல் தோன்றும் எமரங்களுக்குள்ளும்!
ஏணியாய் நீ அதையே முன்வைத்தால்
ஏதிலார் ஏதமும் காணாமல் போகும்!
ஐரேயம் போதை போல் ஆக்கிவிடாமல்
ஐயமின்றி போற்றியாடு உன்மயமாக்கும்!
ஒல்லாமை இல்லா உள்ளத்தை காட்டினால்
ஒள்ளியரும் உன்பால் உளப்பாடு கொள்ளும்!
ஓங்கிய மொழி உன்னிடம் கொண்டாயானால்
ஓர்ப்பும் மேலெழும்பி உனை உயர்த்தும்!
ஔவியம் இல்லா மனம் இருக்குமானால்
ஔசித்தியம் உடையவராக மனங்களில் ஓங்குவாய்!
இத்துணையும் அன்போடு உன் வழியாக்கு
வாழ்வாங்கு வாழ் என்றும் வையகத்தில்!!

இது தான் காதலா? - மணிமேகலை

வையகத்தில் உன் கரம் பற்றி

வாழ்வாங்கு வாழ ஆசைக் கொண்டேன்.
உன்னைக் கண்ட நேரம்
என்னுள் துளிர்த்தது நம்
காதல்.
நீ வீசும் ஒற்றை விழி பார்வைக்காக
காத்துக் கிடக்கிறேன் ஆண்டுகள் பல,
உன் நிழல் என்னைத் தொடும்
கன நேரத்திற்கு ஏங்கி கிடக்கின்றன
என் சித்தம் மொத்தமும்.
சேயாக உன் மடியில் துயில் கொள்ள,
தோழியாக உன்னுடன் சுற்றி திரிய
ஆசைக் கொள்கிறேன்!
மனம் துயர் கொள்ளும் போதெல்லாம்
உன் தோள் சாய்விற்கும்,
வெற்றி பெறும் போது
நீ தரும் ஒற்றை நுதல் முத்தத்திற்கும்
மனம் தவிக்கிறது!
பின்னிருந்து நீ அணைக்கும்
அணைப்பும்,
உன் வாசம் கொண்ட மேல்
சட்டையும்,
என் வாழ் நாள் முழுவதும்
வேண்டும் என தோன்றுகிறது!
என் வாழ்வின் ஒவ்வொரு நொடியும்
நீயாக மாறி,
காதல் என்னும் கடலில்
அன்பு என்னும் படகேறி

மூச்சு முட்ட முட்ட சந்தோஷங்கள்
அனுபவிக்க வேண்டும்!
ஆதி காலம் முதல் இந்த நிமிடம் வரை
வையகம் முழுவதையும்
தன் ஆளுமையில் வைத்திருக்கும் காதல்
தான் இதுவா என தெரியாது!
இருந்தும் நேசிக்கிறேன், யாசிக்கிறேன்
இப்படிப்பட்ட தருணங்களை..!!

காதல் தருணங்கள் – கற்பகம். தெ

தருணங்களை நேரங்களாக காலங்களாக
எண்ணவில்லை...
உன்னுடன் நானிருக்கும் ஒவ்வொரு
தருணங்களையும் பொக்கிஷமாக என்னுளே
புதைத்துக்கொண்டேன்...
என் விழிகடலில் நீ விழுந்து
நீந்திய தருணத்தில் உருவமாய் ஆனேன்..
என் செவிமடலில் உன் குரலின் கீதம்
உயிர்ப்பாய் நுழைந்த தருணத்தில்
உணர்வுகள் கொண்டேன்...
காதல் பூத்த வேகத்தில் என்னை தீண்டிய
உன் தீண்டலின் தருணத்தில் புதியதாய் பிறந்தேன்...
என்னை கண்டு காணாமல்
துள்ளி திரிந்த உன் விழியசைவால்

வெக்கம் தோன்றிய தருணத்தில்
பெண்ணென்று அறிந்தேன்...
என் இதயஉலகில் நீ
கம்பீரமாக வாழ தொடங்கிய தருணத்தில்
நம் புதிய வாழ்வை அறிந்தேன்...
உன்னால் நான் அனுபவித்த
தருணங்களினால் ஏற்பட்ட இன்பத்தின் உச்சமாக
உன் உதிரத்தை உயிராக சுமந்து
உயிர்வலியை அனுபவித்து
நம் காதலை உயிராக பெற்று எடுக்கும் தருணத்தில்
என்னின் மறக்க முடியாத தருணமாக உணர்ந்தேன்...
உன்னுடனான வாழ்வில் உன்னுடனே பயணித்து
இன்னும் நிறைய தருணங்களை எதிர்நோக்கி
வாழ்வேன்...

<u>*திருநங்கை வாழ்வியல்*</u>

- அ. நான்சி ஜெசிந்தா மேரி

வாழ்வேன் இப்புவியில் நான்,
என் இறுதி மூச்சுள்ளவரை போராடியே வீழ்வேன்..!!!
என் வாழ்க்கை போராட்டமானது
என்பதை நான் பிறக்கும்போதே
இறைவன் தீர்மானித்துவிட்டான்..!!!

அதிசய பிறவியாய் சிவனும் பார்வதியும்
இணைந்த அம்சமாய் ஜனித்தேன்..!!!
ஆனால் என்னை அற்ப பிறவியாய் தூற்றியது
இவ்வுலகம்..!!!
ஆண் பிள்ளையானவன் பெண்ணின் மனநிலையை
பெற்றபோது
பெற்றவர்களுக்கு பாரமானேன்..!!!
ஊராருக்கு கேலி பொருளானேன்..!!!
உலகத்திற்கு பெரும்பிழையானேன்..!!!
பிறரெல்லாம் விரும்பிய தொழிலை செய்ய,
எனக்கு இதுவே தொழில் என சில தொழிலை ஒதுக்க,
நான் அதனை வெறுக்க
மறுக்கப்பட்டேன்..!!!
துரத்தியடிக்கபட்டேன்..!!!
என் உணர்வை புரிவோர் எவரும் இல்லை
என் நிலையை பற்றி சிந்திக்கவும் யாருமில்லை..!!!
எனக்கென அங்கீகாரம் இல்லை..!!!
இத்தனை போராட்டத்திலும் வெற்றியை நோக்கி
சாதிக்க பிறந்தேன் என எண்ணத்தோடு ஓடினேன்..!!!
முட்கள் நிறைந்த பாதையான என் வாழ்வு
ரோஜாப்பூ தூவிய பாதையானது..!!!
ஆம்!
வெற்றிக் கனியை எட்டிப் பிடித்தேன்..!!!
எனக்கான அங்கீகாரம் கிடைத்தது
என்னை தூற்றிய அதே உலகம்
என்னை கொண்டாடி போற்றுகின்றது..!!!
என்னை வாழவேகூடாது என விரட்டிய சமூகம்

வாழ்ந்தால் இவளைப் போல் வாழ் என

என்னை போன்ற நிலையில் சிக்கி தவிப்போருக்காக

பிரச்சாரம் நடத்துகிறது..!!!

என் வாழ்வின் இலக்கை அடைந்தேன் என உலகம்

நினைக்க

இது என் வாழ்வின் துவக்கமாய் எண்ணினேன்..!!!

திருநங்கைகளும் வாழ்வில் முன்னேற ஒரு

மைல்கல்லாய்

என் வாழ்வை ஓர் உதாரணமாய் மாற்றி

இருக்கிறேன்..!!!

என்னை கொண்டாடுவதை நிறுத்திவிட்டு

என்னைபோல் சாதிக்க போராடும்

திருநங்கைகளை கைதூக்கி விடுங்கள்..!!!

எங்களின் பிறப்பிற்கும்

எங்களின் நிலையிற்கும் மதிப்பளியுங்கள்..!!!

ஆண் பெண் என இருபாலரை தவிர்த்து

மூன்றாவது பாலினரும் உலகில் உண்டு

என்ற உண்மையை ஏற்றுகொள்ளுங்கள்..!!!

எங்களின் விருப்பப்படி வாழ வழிவகை செய்து

முட்பாதையை பூப்பாதையாய் மாற்ற போராடும்

ஒவ்வொரு திருநங்கைகளுக்கும் அங்கீகாரம்

தாருங்கள்..!!!

இதுவே நீங்கள் எங்களை போன்றோருக்காக

செய்யும் பேருதவியாகும்..!!!

மகன் - ஜென். ஜெ

பேருதவி!!!
மகன் தந்தைக்காற்றும்
பேருதவியோ,
கடைசிவரை
தாங்கிப் பிடிப்பதுவே!!
மாணவன்
ஆசிரியருக்காற்றும்
பேருதவியோ,
படித்து
பெரும்பதவி
வகிப்பதுவே!!
தலைவர்
தொண்டனுக்காற்றும்,
பேருதவியோ,
ஏழைக்குடிகளையும்
வாழவைப்பதுவே!!!
மனிதன்
சகமனிதனுக்காற்றும்
பேருதவியோ,
மனிதனை
மனிதனாகவே
வாழ விடுவதுவே!!

தொடுவானம் தொட்டுவிடுவேன் - கண்ணம்மா

வாழ விடுவதுவதே வாழ்க்கை...
ஆயினும் வாழும் வாழ்வில்
நித்தம் நித்தம் போராடி ஒன்றை அடைந்திட
இலக்கெனும் ஒளியை மனதில்
ஏற்றினால்,
அதுவோ தொடுவானமாய்
இருந்து எனை
கலங்கடிக்கப் பார்த்திட,
நீ வானின் எல்லை
கடந்து போனாலும்,
அஞுர் எத்தனை எந்தன்
பாதையில் நீண்டு வந்தாலும்,
யாவை கண்டும் அஞ்சிடாமல்
சிறிதும் எந்தன் இலக்கை
மாற்றிடாமல் பின்வாங்காது
கழுகாய் மாறியேனும்
எந்தன் இலக்கை
ஒருநாள்
தொட்டு விடுவேன்...

தொட்டு விடு - சிவப்பிரியா"தேனு"

தொட்டுவிடு..!!
ஊனம் உடலுக்குத்தான் மனதிற்கில்லை
என்று உரைப்பதற்காகவாவது
தொட்டுவிடு உச்சத்தை!
அண்ணகர் என உன்னைக்கேலிப்
பேசியவர்களுக்காவது
தொட்டுவிடு உயரத்தை!
வெறும் பெண்தானே என்று சிரித்தவர்களுக்காவது
சரித்திர பெண்ணாய்மாறி
தொட்டுவிடு சிகரத்தை!
ஆணென்ற ஆணவம் அழித்து
மெல்லினமாய் மாறி
தொட்டுவிடு பெண்ணின் ஆழ்மனதை!

பெண் தானே - மஹி

ஆழ்மன ஆசையை யாரறிவார்..?
பெண்ணின்!!
ஆழ்மன ஆசையை யார் அறிவார்?
அவளுக்கும் கனவுகள் உண்டு
என்பதை யார் அறிவார்?
நெற்றி வகிட்டில் வைக்கும் திலகம்
தொடங்கி கால் விரலில் போடும்

மெட்டி வரை அடுத்தவரின் தேர்வு தான்!
அவள் எதனை செய்தாலும் நீ
"பெண் தானே" என்று ஒதுக்க
நம் வையத்தில் பல கூட்டம் உண்டு!!!
அதனை மீறி அவள் செய்தாலும்
அவளுக்கு கிடைக்கும் பெயர்
"ஆணவக்காரி"
தன்னுடைய ஆசைக்காக அவள்
போராடினாள் வீட்டிற்கு
"அடங்காதவள்"
ஆண் நண்பர்களுடன் பேசினால்
"நடத்தை சரி இல்லாதவள்"
இப்படி எத்தனை எத்தனை
பெயர்கள் அவளுக்கு!!!
பெரியவர் செய்யும் தவறினை
கூட சரியென்று சொன்னாள்
அவள் "நல்லப்பெண்"
எல்லோரின் பேச்சுக்கும்
எதிர்கருத்து சொல்லாமல்
தலையை ஆட்டினாள்
அவள் "குடும்பப்பெண்"
நாகரிகம் என்று நாம் எவ்வளவு
தான் முன்னேறிக் கொண்டு
இருந்தாலும் "பெண் தானே"
என்ற சொல் மாறவில்லை!!
மாறிவிட்டது என்று நாம்
சொல்லிக்கொண்டாலும்

மாறவில்லை இன்னும்
பல இடங்களில்!!
அவளின் ஆசைகள் , கனவுகள்
எல்லாம் உயிருடன் இருக்கும்
போதே சமாதியாகி விடுகிறது!!
"பெண் தானே" என்ற
ஒற்றைச் சொல்லால்!!

மழலை எனும் வரம்

குழந்தை இல்லா உலகம் ஏது ??
தாய்மையடையமால் குழந்தை ஏது ???
அக்குழந்தையும் தாய்மையும்
அதன் வலிகளும் பெருமையும்
வரிகளாக.....

அன்னையவள் தாலாட்டு - கண்ணம்மா

தென்றல் காற்று தாலாட்டுப் பாட
எந்தன் கண்ணே நீ கண்ணுறங்கு..!
வாடைக் காற்று மெட்டுப் படிக்க
எந்தன் தங்கமே நீ கண்ணுறங்கு..!
மயிலிறகால் வருடிட சோகம் களைந்து
எந்தன் ஆனந்தமே நீ கண்ணுறங்கு..!
குயில்கள் இசை பாட
எந்தன் சுகந்தமே சுகமாய் நீ கண்ணுறங்கு..!
நதிகள் சலசலக்க சிணுங்காமல்
எந்தன் ஜீவனே நீ கண்ணுறங்கு..!
பூக்கள் தலையணையாய் மாறிட
எந்தன் பூந்தளிரே நீ கண்ணுறங்கு..!
வெண்மதியில் தூளி கட்டி ஆட்டிட
எந்தன் நிறைமதியே நீ கண்ணுறங்கு..!

நட்சத்திரக் கூட்டங்கள்
உன்னைச் சுற்றி காவல் காக்க
எந்தன் வைரமே நீ கண்ணுறங்கு..!
தேவதைகள் தட்டிக் கொடுத்திட
எந்தன் வசந்தமே நீ கண்ணுறங்கு..!
மின்மினிப் பூச்சிகள் விசிறிகள் ஆகிட
எந்தன் பூங்காற்றே நீ கண்ணுறங்கு..!
கார்மேகங்கள் போர்வையாய் மாறிட
எந்தன் முத்தே நீ கண்ணுறங்கு..!
நித்தம் உன்னோடு நான் இருப்பேன்..
நிம்மதியாய் கண்ணுறங்கு எந்தன் செல்லமே...!

என்னவள் – நந்தினி சுகுமாரன்

அதிகாலைச் சூரியன் வானமகளுக்கு செம்மைநிறம்
பூச...
தன் செவ்விதழ் சுழித்து சிதறவிடும் சிணுங்களில்
எனக்கு அலாரம் வைக்கிறாள் அவள்!
மின்மினி பூச்சியாய் மின்னும் கருவிழிகளில்,
இமைகளை அடிக்கடி கொட்டி
எனை மயக்கும் பார்வைக்கு உரியவள்!
தூக்கத்தில் என் சுவாசம் தேடி,
கன்னத்தில் பதியும் பிஞ்சு விரல்களின் மென்மையவள்!
அமுதத்தின் சுவைதனை எனக்கு உணர்த்திய
எச்சிலின் உரிமையினள்!

முகமெங்கும் ஈரம் பதித்து,
ரசனையின் உச்சம் கற்றுத்தந்த செப்பிதழாள்!
ஒற்றைப்பல் சிரிப்பில்,
எனைக் கொள்ளை கொண்ட அழகியவள்!
மெல்லமாய் கடித்த போது,
அதை ரசித்து புன்னகை உதிர்க்கும் என்முகம்
பார்ப்பவள்!
அழுத்தமாய் கடித்து நான் வேதனையுறும் போது,
"ஹாக்.."
என்ற அடக்கமாட்டா சிரிப்பில்
என் வலிகளுக்கு மருந்திட்டவள்!
பிஞ்சு விரல் நகம் கொண்டு,
என்கைகளில் கோலமிடும் அழகோவியம் அவள்!
ஒரே முறை உந்தலில்,
பூமித்தாயை முத்தமிட்ட பிள்ளைக்கனி அவள்!
நடைவண்டி பிடித்து நடைபழகி..
என்னுடை பற்றி இழுத்து..
பொய் கோபம் காட்டி முகம் சுருக்கும் என்னிடம்..
மோகன புன்னகையை சிந்தி..
எனை மயக்கிய சித்திரம் அவள்!
இருகை நீட்டி அழைக்கும் தருணமதில்..
நான் தலையசைத்து மறுக்கும் நொடிதனில்..
முகம் வாடி விழி துருத்தி..
சிறு நாசி சின்னதாய் சிவக்க இதழ் பிதுக்கி..
என் கரம் சேர்ந்த வீம்பினாள் அவள்!
"அம்மா.." என்ற ஒற்றை அழைப்பில்,
என் பெண்மையின் அர்த்தம் சொல்லி

தாய்மையை அறிமுகம் செய்தவள்!
அவளின் சுவாசம் எனை தொடும் ஒவ்வொரு
நொடியிலும்
என்னுள்ளான தாய்மையை புதுப்பிப்பவள்!
சோர்ந்து போகும் தருணங்களில்
பூங்கரத்தினால் எனை தீண்டிய அவளின் வருடலில்
எனக்கு தாயாய் மாறுபவள்!
ஈன்ற நொடியில் இரு கைகளுக்குள் அடங்கிவிட்ட பூ
மகளை..
என்கை விட்டு பிரித்து,
இன்னொருவனின் கைகளில் சேர்க்கும் நாளினை
எண்ணி...
இன்றிலிருந்தே ஒத்திகை பார்க்கிறது எனது தாய்மை!

தாய்மை - சிவப்பிரியா"தேனு"

ஒன்றாவது திங்கள்
உனையறிந்து மகிழ்வுற்று
இரண்டாவது திங்கள்
கவளச்சோறும் தங்காது
மூன்றாவது திங்கள்
உன் ஆரோக்கியம் பேணி
நான்காவது திங்கள்
உனைக் கண்டு பூரித்து
ஐந்தாவது திங்கள்

இரவு நித்திரை தொலைத்து

ஆறாவது திங்கள்

கனவில் உனைக் கண்டு

ஏழாவது திங்கள்

வளைப் பூட்டு நடத்தி

எட்டாவது திங்கள்

உன் முகம் எண்ணி

ஒன்பதாவது திங்கள்

மனதில் பயம் சூழ

பத்தாவது திங்கள்

உந்தன் ஸ்பரிசம்

உணர்ந்தேனடி என் கண்ணம்மா!!!

யார் செய்த தவறு ? - மணிமேகலை

இந்திய தாயின் பாகங்களை பிறர்

கொய்யக் கூடாதென

இரும்பும் மணலும் கல்லும் மட்டுமல்லாது

தன் விருப்பம், ஆசை, எதிர்காலம்

அனைத்தையும் போட்டு

ஆழக் குழி தோண்டி

அழகாக அஸ்திவாரம் இடுகிறானோ

இவன்!

மூகர லகர எகர சொற்கள் உள்ளதால்

தொழிலாளன்

தமிழ் சொல்லின் அற்புதம்
என யாரோ ஒருவர்
கூறினோர் இங்கு இவன் படும்
துயர் தெரியாமல்!
படிக்கும் படிப்பில் இலவசம்
அங்கு உண்ணும் உணவில் இலவசம்
உடுத்தும் உடை, பேருந்து
என அனைத்தும் இலவசம்
ஆயினும்
இவனுக்கு மட்டும் ஏனோ எட்டாகனி
ஆகி போனது ஏட்டுக்கல்வி!
மாணவர்கள் அமரும் பலகையும்
மழைக்கு ஒழுகா வகுப்பறையும்
கட்ட தெரிந்த இவனுக்கு
அதில் அமரும் பாக்கியம் ஏனோ கிட்டவில்லை!
தாய் புரிந்த குற்றமா,
தந்தை செய்த பிழையா,
விதி செய்த சதியா
யார் செய்த தவறு இது
தெரியவில்லை?
இவன் படும் அல்லலிற்கு
காரணம் புரியவில்லை!
உச்சி வகிடு எடுத்து ஒய்யாரமாய்
பள்ளி செல்ல வேண்டிய வயதில்
உச்சி வெயிலில் கால் நோக
வேலை பார்க்கிறான்!
போவோர் வருவோர் எல்லாம்

பழித்து பேசவும்
கவலைபடவுமே செய்தனர்
வழி சொல்ல எவரும் முன்வரவில்லை!
எதிர்காலத்தை ஆசையோடு
எதிர்நோக்கும்
நிகழ்காலத்தை தொலைத்த..
"இக்குழந்தை தொழிலாளனுக்கு"

குழந்தைகள் - ஜென் .ஜெ

வெண்பட்டுப் பூவாய்
இதழ் மொட்டு ஒன்று
உலகில் கை கால்களோடு
பிறந்து வந்து,
சிரிக்கும்போது
தேன் சிந்தி,
அழும்போது
கண்ணீர் சிந்தி,
ஓடும் போது
பாதம் நீந்தி,
அமரும் போது
என்னை உந்தி,
நித்தம் நித்தம்
நீ பாடும்
கவியழகாய்!!!

மழலை மொழி
அழகாய்!!!
உன் பிடிவாதம்
அழகோ அழகாய்!!!!

அமுதே அழகே - ஆ. சிவரஞ்சனி ரமேஷ்

சிலுசிலு என வீசும் தென்றலும்
சலசல என ஓடும் நீரோடையும்
குறுகுறு என உரசும் புல்வெளியும்
சடசட என அசையும் மரங்களும்
கிர்ர்கிர்ர் என முரலும் வண்டுகளும்
படபட என பறக்கும் பறவைகளும்
தடதட என விரையும் வண்டிகளும்
மனம் மயக்கி மதி மயக்கும் இவைகளே!
விழிவிரித்து அமைதியாக திரும்பிப்பார்க்குமே?
குவாகுவா என மழலைமொழி கொஞ்சும்
புதியவரின் அறிமுகம் பூலோகம் காணும் நேரம்...
எத்தனை எத்தனை அழகு!
தரணியிலே!!

வதம் செய்திடுக - சுசீலா சிவா

மழலைகள் என்றவுடன் மனதில்

உவப்பும் நெகிழ்வும் பூத்தது

உண்மை தான் ஆனாலும்

மனதோரம் ஏதோ ஒருவலி

வந்துவந்து வாட வைக்கிறது..!!

ஆதரவைத் தேடும் பிஞ்சு முகங்களை

அனாதை இல்லத்தில் கண்டதினால்

மழலைகளின் ஏக்கப் பார்வைகள்

எனைத் தீயாய் சுட்டதினால்..!!

யாரோ இன்புற

யாரோ செய்த தவறுக்கு

தண்டனை மட்டும் இம்

மழலைக்கா என

தோன்றியதினால்..!!

பெண்ணே உனக்குமா

தோன்றவில்லை..

உன்மடி உயிர் விதைக்கும்

இடமென்று உணரா

பேதைகள் மீது கோபம்

கொண்டதினால்..!!

இறையே உமக்கு பதிலாய்

அம்மாவை படைத்தேன் என்றாய் அப்புறம்

ஏன் இத்தனை அனாதை

இல்லங்கள் என

ஆற்றாமை வந்ததினால்..!!

குப்பை தொட்டிக்கும்
முட்புதருக்கும் சாக்கடைக்கும்
பிள்ளைபேறு தந்த
ஆண்டவனே..
மலடி என்ற குத்தல்
பேச்சில் குறுகிப் போகும்
மணிவயிற்றுக்குத் தந்திருக்க
கூடாதா என மனம்
வெம்பியதனால்..!!
பிடிச் சோற்றுக்கும்
ஒருமுழ ஆடைக்கும்
அப்பிஞ்சை கையேந்த
வைத்த கயவர்களை
துண்டாடும் வெறுப்பு
வந்ததினால்..!!
இறையோனே...
வேதனையுடனே வேண்டுகிறேன்
அப்பிஞ்சுகளை நீ
படைக்கவே வேண்டாம்
படைத்து வதைத்திடவும் வேண்டாம்!
மழலை மொட்டுக்களைக்
கருகவிடும் பாதகர்களை
வதைத்து வதம் செய்திடு...!!!

ஆத்ம பந்தம் - கற்பகம். தெ

திருமணம் என்ற பந்தம் மூலம்

என்னவனின் மனதில் நுழைந்தேன்

காதல் என்ற விருந்து மூலம்

ஒரு உயிராக அவனிடத்தில் கலந்தேன்

அவனின் ஓரணு என்னிடத்தில்

நுழைந்து என் கருவது குளிர கண்டேன்

சிறிய மலராக உருப்பெற்ற உயிர்

என்னவனின் மறுஜென்மம் என்றறிந்தேன்

ஒவ்வொரு நொடியும் என்னிதயம்போல்

எனக்குள் துடிக்கும் ஓசையை அறிந்தேன்

தீட்டு என்று பலதிங்கள் அனுபவித்த

வலி இன்று வரம் என்றறிந்தேன்

என் உடலில் ஏற்படும் வலிகளில்

சோர்வடையும் போதெல்லாம்

உன் அசைவில் அதனை மறந்தேன்

பிறை வடிவில் இருந்து முழுநிலவு ஆகும்

என் பெண்மையை ரசித்தேன்

இடும்பு எலும்பு உடையும் வலியிலும்

உன் வரவை எண்ணியே ஏங்கினேன்

என்னிலிருந்து உயிராக பிறந்த

உன் கால்களை கண்டதும் மீண்டும்

பெண்ணாக பிறந்தேன்...!!

குறும்பா - அ. நான்சி ஜெசிந்தா மேரி

சூரியனுக்கு நிகராய் சுறுசுறுப்பாய்
இயங்கும் சுட்டி பிள்ளையவன்..!!!
குறும்புகள் பல செய்து அக்குறும்பால்
யாவரையும் மூழ்கடித்த செல்ல கண்ணனவன்..!!!
தன் குதலை மொழியால் பல சந்தேகத்தை
எழுப்பி நம் அறிவை வளர்க்கும் ஆசானவன்..!!!
பெரியவர்களை பின்பற்றி சகலத்தையும்
கற்றுகொள்ளும் சிறந்த மாணவனவன்..!!!
உணவிற்காக ஓடும் உலகத்தில் உணவை ஊட்ட
ஓட வைக்கும் ஓட்ட பந்தய வீரனவன்..!!!
சில நேரங்களில் தன் பிஞ்சுவிரலால்
அன்னையவளுக்கே அமுது ஊட்டி பாசம் காட்டுப-
வன்..!!!
பிடிவாதத்தாலே நம் மனதையும் கொள்ளையடித்து
பொம்மைகளையும்   கொள்ளையடிக்கும்   வித்தகன-
வன்..!!!
தன் குறும்புத்தனத்திற்கு கூட்டாளியாய் தாத்தாவையும்
மாட்டிவிட்டு வேடிக்கை பார்க்கும் குழவியவன்..!!!
பகைமை இன்றி எல்லாரிடமும் அன்பு காட்டி
பொறாமையின்றி அனைவரிடமும் பாசத்தை காட்டி
தன் இல்லத்தை மகிழ்வின் இருப்பிடமாய்
மாற்றும் ஒவ்வொரு பிள்ளையும் நம்முயிர்
குறும்பானவர்களே.!!!

முழு வெண் மேனியான்

- தேவ பவானி ''பிரகன்''

வெண்மேகத்தால் ஆடையணிந்து
வெண்பிறையென முகத்தைக் காட்டி
வெண்நிற பாதையிலே உலாவரும்
முழுவெண் மேனியானென
பார்க்கையில் குளிர்விக்கும்
என் அழகு வெண்மதியே!
பன்னீர்பூ அதரம் சுளித்து
சிவனென சிகையும் தரித்து
அன்னமென நடைநடந்து
அன்னையை நீ அடைந்து
வெண்பரல்கள் சிதற நீ சிரிக்க
சிலபல முத்துக்களும் சிதறிடுமே கண்ணே!
நீ அம்மா என்றழைக்கையிலே!
அழைத்தது குயிலோயென்று
அனுதினம் எண்ணியதுண்டு
அருகினில் நீ இருந்தால்
அகிலமும் மறந்ததுண்டு!
உமிழ்நீருடன் நீ உமிழும்
முத்தத்தால் என்நிலை இழந்ததுண்டு!

வரம் நீ - மஹி

உன்னைக் கையில் ஏந்தும்
அந்த தருணம் என்
மனதில் எவ்வளவு பேரானந்தம்!!!
பல வருட வேண்டுதலுக்கு
கிடைத்த வரம் நீ!!!
என்னையும் அறியாமல்
கண்கள் கண்ணீரே
சிந்தும் அந்நொடி!!!
என் வாழ்வின் பொக்கிஷமான
நிமிடங்கள் அந்நிமிடம்!!!
உறவினர்கள் எல்லாம் உந்தன்
அழுகையை நிறுத்த பாடுபட
நான் மட்டும் உந்தன் அழுகையை
ரசித்தேனே!!!
இந்த அழுகுரலை கேட்டிட
நான் எவ்வளவு அழுதேன்!!
அதும் பல வருடங்களாக!!!
என் அழுகைக்கு எல்லாம்
உந்தன் கண்ணீர்
மருந்தாகிப் போனது!!
அந்நிமிடத்தில்!!
உந்தன் அழுகுரலே அந்நிமிடம்
எனக்குத் தாலாட்டாகிப் போனது!!

நானே நீயே - கௌதமி ராஜா "நித்தி"

திக்கித்திக்கிப் பேசியே திணறடிக்கிறாய்.!!
தீராத அன்பினில் மூழ்கடிக்கிறாய்..!!
நித்தம் நித்தம் புதுமைகள் நீ செய்கிறாய்..!!
உன் பின்னே எனை ஓட விட்டு
தோற்கடிக்கிறாய்...!
என் முகம் முழுதும் உன் எச்சிலில்
கோலங்கள் இடுகிறாய்...!
உமிழ்நீர் ஒழுகும் உதடுகளில் நீ
உச்சரிக்கும் உயிர் மொழி...!
சொல் பொருள் பிழையில்லா
உன் மழலை மொழி...!
என் உயிருக்குள் ஊடுருவி
என்னை நான் தொலைத்திட...!
எங்கே தொலைந்தேன்
என்றே தேடுகிறேன்...!
தொலைந்த தடம் தெரியவில்லை
ஆனால்!!
உனக்குள்தான் தொலைத்தேன்
என்றறிவேன்...!
'நான்' எனும் பிம்பம் உடைந்தது
உன் வருகையால்...
நானாக 'நீ' இருக்க 'நான்'
மறைந்துகொண்டது...
நாளை எனும் மாயையில்
'நான்' இல்லாமல் போகலாம்...

கவலையில்லை...
உன்னின் மரபணுவாக
உனக்குள்ளே என்றும் 'நான்'
'நீ' என்னில் பாதியில்லை
நானே 'நீ' தான்
உன்னில் தான் 'நான்'
உனக்காகவே 'நான்'
என் உணர்வாய் 'நீ'
என்பதை உணர்ந்தேன் 'நான்'
என் கண்மணியே.!!!

தொட்டில் குழந்தைகளின் புரட்சி குரல்

- நீனு சக்தி

மரக்கிளைகள் தோறும்
தூளிக்கட்டி பட்சிகள்
தாயாய் மாறி தாலாட்டுப்பாட
அழகாய் அசைந்தாடுகின்றன
வேண்டுதலுக்காய் கட்டப்பட்ட
பொம்மை குழந்தைகளை
சுமந்த தொட்டில்கள்!!!
ஆற்றவும் ஆளில்லை,
தேற்றவும் உறவுகள் இல்லை

முகவரி கொடுக்க மறந்த
மூடர்களால் வீதியில் விடப்பட்டு
அனாதை என மகுடம் சூடப்பட்டக்
குழந்தைகளின் புரட்சி குரல்
மலடி என்ற பட்டத்தோடு அடிவயிறு
மலரும் என காத்திருக்கும் செவிகளில் ஒலிக்காதோ!!

பெண் பிள்ளை (தேவதையின் அம்சம்)

– ஜா. நிஷாஹுசைன்

பருவத்தில் மழை பொழிந்தால் சிறு சிறு
இலைகளும் தழைகளும் காண்போம்!
நம் பெண் குழந்தைகள் இருக்கும்
அந்த வீடும் பசுமைகள் நிறைந்த பூக்கள்
பூக்கும் நந்தவனமே!
ஈன்றவர்களிடம் நேசம் வைத்து,
தாயையும் தந்தையையும் பாசத்தில்
கட்டிப்போடும் தந்திரம் கற்றவள்!
பெண் பிள்ளைகள் வாழும் வீடு ஆலயம் என்பேன்!
பிஞ்சுக்கால்களில் வெள்ளிக்
கொலுசுகள் அணிந்த கலைமகள்!
பட்டுபாவாடைக்கட்டி சுட்டித்தனமாய்
ஓடியாடி விளையாடும் திருமகள்!

குட்டி குட்டி சேட்டைகள் செய்து

வேட்டையாடும் வீரமகள்

பண்டிகைகள் வந்துவிட்டாலே!

பெண்பிள்ளைகள் இருக்கும் வீட்டில்

தினந்தோறும் விழாக்காலம் தான்!

மனம் தளர்ந்து அமைதியிழக்கும் வேளையிலும்

என் மகள் முகம் பார்த்துவிட்டால் புத்துணர்ச்சியோடு

மகிழ்ச்சியும் சேர்ந்து வரும்!

மகளின் இதழ்கள் திறந்து குயிலின் குரலோடு

அம்மா என்று அழைக்கும்போது

இருக்கும் இசையெல்லாம் காணாமல்

போய்விடும் என் மகளின் குரலோசையில்!

நாம் இந்த மண்ணில் பிறந்த பிறவியின்

முழுப்பயனாக மாறும் கேட்கும் போது!

எத்தனை செல்வங்கள் நாம் பெற்றிருந்தாலும்

நாம் வாழ்கின்ற வாழ்க்கைக்கு அர்த்தம் சொல்லி

அந்த வாழ்க்கையே அர்த்தம் ஆக்கும்

தேவதைப் பெண் அவள்!

வசந்தத்தை நமக்குள் வரவைத்து

வண்ணமயமாக்கும் குறும்புக்காரி!

வாழ்க்கையில் எனக்காக கடைசி சொட்டு கண்ணீர் சிந்தும்

என் பிள்ளை அவளே பெண் பிள்ளை!

பெண் பிள்ளைகளின் பாசத்தில் திளைக்கும்

அன்னையில் நானும் ஒருவள்!

மழலை மலர்களின் மாயங்கள்

- சுந்தரி பாஸ்கரன்

அன்பில் விளைந்த அழகுமலரே...

அழகு நடை நடந்து

அசைந்தாடும் தென்றலோ நீ!

தத்திதாவும் தங்கதாரகை நிலவோ நீ!

பிஞ்சுக்கை கொண்டு கன்னம் வருட

பூவினும் மென்மையோ உன்

கைதனிலே...

பூக்களின் வாசமெல்லாம் உன் வாசனையில் தோற்க..

உன் பொக்கை வாய்ச் சிரிப்பில் உலகமே மறந்து

போக...

அழகு மழலையே உனை அள்ளி அணைக்கவே

ஆசைக்

கொள்ளுதே மனம்!

உன் எச்சில் முத்தம்

கேட்டு என் கன்னம் கெஞ்சுதே...

அமுதே அழகிய மொழியோ உந்தன்

வாய்ப்பேச்சு!

சித்திரமே நீ என்

செந்தூரமே என் கண்ணின் மணியே!

கவலைகள் மறக்க செய்யும்

என் செல்வக்களஞ்சியமே!

பேசும் பொன் சித்திரமே உன்

பொற்பாதம் பூமியில் விழ நோகுதடி தாய்மனசு!
உன் பொய்யழுகை கண்டு புன்னகையே
என் முகத்தில்!
மணிவயிற்றில் உதித்த மரகதமே..
கள்ளமில்லா உன்
சிரிப்பதனில் எல்லையில்லா இன்பம் கூடுதே!
தத்தை மொழி பேசும்
கொஞ்சும் கிளியே...
உன் மழலை மொழிக்கேட்டு
என் மனதோ கொள்ளை
போகுதே!
எனை மயக்குகிறாய்
உன் புன்னகையால்...
தூளியில் நான் போட்டு ஆராரோ தான் பாட...
அழகாக கண்சிமிட்டி
அல்லி மலர் நீயுறங்க..
கண்ணுறங்கு பொன்மகளே.!
தாலாட்டு நான் பாட
தங்கரதம் நீ தூங்கு...
பூந்தென்றலும் வருடி செல்ல...
கண்ணுறங்கடி என்
அழகு மலரே...
மயக்கிவிடுகிறாயே
என் அழகு மழலையே..
உன் மாயச் சிரிப்பிலே மனமது
லேசாக!
வரமாய் வந்த தேவதையவளோ..

வாழ்க்கையில் வசந்தங்களை கூட்டி வரும்
வண்ணக்களஞ்சியமே!

www.ingramcontent.com/pod-product-compliance
Lightning Source LLC
Chambersburg PA
CBHW031438130726
47989CB00003B/1197